RAJYANGATANTRAMU

VSURAYANARAYANA VSURAYANARAYANA

రాజ్యాంగతంత్రముయొక్క మొదటిభాగములో విషయ
సూచిక వేయనందున రెండవభాగములో చేర్చడమయినది.

V

రాజ్యాంగతంత్రము రెండవభాగము.

II వాల్యూమ.

VII

ఉపోద్ఘాతము

మనబ్రిటీషు సామ్రాజ్యముక్రింద మనకెట్టిస్వాతంత్ర్యములున్నవో వానిని కాపాడుకొనుటకు మనప్రభువులు యెట్టివీళ్ళను మనకుకలుగఁజేసిరో, బాగుగ తెలుసుకొనవలెనన్న యూరపుఖండములోనుండు ముఖ్యదేశములలోని రాజ్యాంగతంత్రములను మనముపఠించవలయును. నిరంకుశప్రభుత్వములుగల రష్యా మొదలగు రాజ్యములను వదలివేసి నాగరికతలో మిక్కిలిపెంపొందిన జర్మనీ, ఫ్రాన్సు, ఆస్ట్రియా, ఇటలీ మొదలగు పాశ్చాత్యరాజ్యములలో తమప్రజలకిచ్చుచున్న స్వాతంత్ర్యములకంటె మన విదేశీయప్రభువులక్రింద అనేకవిషయములలో మనమనుభవించుచున్న స్వాతంత్ర్యములు యెక్కువగనున్నవి. ప్రపంచములోనుండు ప్రజాప్రతినిధిసంఘములకెల్ల తల్లియనదగు మనబ్రిటీషుపార్లమెంటు మనకీమాత్రము స్వాతంత్ర్యములనిచ్చుట యొకవింత కాదు.

ఇటీవల మనదేశములో కొందఱరాచకులు బయలుదేరుటవలన స్వాతంత్ర్యభంగకరమగు మూడునాలుగు కఠినచట్టములేర్పడినవిగాని, యివిమనయాంగ్లేయుల సాంప్రదాయములకును, ఆధర్మములకును వ్యతిరేకముగ నున్నవిగాన వీనిని అమలులోపెట్టుటకు మనప్రభువులు సాధారణముగా వెనుక

డీయుచునే యున్నారు. మనము నిబంధనానుకూల రాజకీయాందోళనమును (Constitutional agitation) పట్టుదలతో దేశమంతయు వ్యాపింపజేసినయెడల సదరు కఠినచట్టములురద్దు అగుటయేగాక మనకు క్రమక్రమముగ యింగ్లాండువలసరాజ్యములలోవలెనే, ప్రజాస్వామిక ప్రభుత్వము,దీనివలనగలుగు సంపూర్ణస్వాతంత్ర్యములు, వీనినిరక్షించుకొనుమార్గములు మనకు సమకూడునని నేనుగట్టిగ నమ్ముచున్నాను.

కాబట్టి సామాన్యప్రజలకు బోధపడునటుల, ఆయారాజ్యాంగతంత్రముల ప్రాతిపదికములనే,సంక్షేపముగవ్రాసితిని.ఒక్కొకరాజ్యపరిపాలనలో వేరు వేరు కక్షులవారు యెట్లుసాయపడుచుందురో, అక్కడిసమస్యల నెట్లు పరిష్కరించుకొనుచున్నారో, అక్కడిసాంఘికవిషయముల నెంతవరకు ప్రభుత్వము వారిచేతులలో పెట్టుచున్నారో, యీ మొదలగుసంగతులను తెలియజేయుగ్రంథములు, మనలో ప్రజాప్రభుత్వము వృద్ధి పొందినకొలది మున్ముందు వెలువడుచుండును.

మన యిండియాదేశము భాషలనుబట్టి విభాగింపబడి ఆయామండలములకు కార్యనిర్వాహక శాసననిర్మాణ, న్యాయాధికారశాఖలేర్పడి, దేశమంతయు నొకసంయుక్తరాష్ట్రముగమారి, ఢిల్లీలోసంయుక్తరాష్ట్ర కార్యనిర్వాహకశాఖయు ఆయామండలములనుండియు, స్వదేశసంస్థానములనుండియుపం

పటను మనప్రజాప్రతినిధులుగల శాసననిర్మాణశాఖయు ఒకసుప్రీముకోర్టును యేర్పడుననుటకు సందేహము లేదు. మనదేశీయులందఱు, తమదేశపరిపాలనలో జోక్యము కలుగఁజేసికొనవలసియుండును. మనల నట్టిస్థితిలోనికి తీసికొనివచ్చుటకు మనప్రభుత్వమువారి విధియేగాక వారిరాజ్యస్థిరత్వమునకు గూడ అవసరమైయున్నది. కాబట్టి మనజనసామాన్యము, రాజ్యాంగతంత్రజ్ఞానమును కొంతవరకయినను ముందుగా బోధజేసికొనినగాని మనకు రాగల ప్రజాస్వామిక పరిపాలనము శీఘ్రముగ రానేరదు, వచ్చినను జయప్రదము కానేరదు.

వల్లూరి, సూర్యనారాయణరావు.

ఇండియా రాజ్యతంత్రము.

బ్రిటిషు పరిపాలనము.

బ్రిటిషు యిండియా దేశము, 1858 వ సంవత్సరములో ఆంగ్లేయ పార్లమెంటువారు యేర్పరచిన చట్టములనుబట్టి రాజ—చక్రవర్తిగారి పేరుమీదనే పరిపాలింపబడుచున్నది. ఈదేశము ఆంగ్లేయుల కేవిధముగ స్వాధీనమైనది, హిందూ దేశ చరిత్రలో వ్రాయబడియున్నది. ఈవిషయముతో మన కిప్పు డవసరములేదు. ఈ బ్రిటిషుయిండియా రాజ్యతంత్రచారిత్రమును మాత్రము సంగ్రహముగ తెలియఁజేసెదము.

పదునేడవ శతాబ్దారంభము నందు అనగా 1600 సంవత్సరములో, ఇంగ్లాండు దేశమును పరిపాలించుచున్న ఎలిజబెత్ రాణీగారు యీస్టుయిండియా కంపెనీయను నొక సంఘమునకు ఆసియాఖండములో వర్తకము చేసికొనుటకును, ఆవర్తకాభివృద్ధికై దేశములను సంపాదించుకొనుటకును, ఒక

ఫర్మానా Charter యిచ్చినారు. ఆమె తరువాత సింహాసన మధిష్ఠించిన రాజులు ఆఫర్మానాను స్థిరపరచుటయే కాక నూతనహక్కులనుకూడ యీకంపెనీవారికి కలుగఁజేయుచు వచ్చిరి. 17 వ శతాబ్దములో కంపెనీవారు మిగుల నైశ్వర్యవంతులై, మొట్టమొదట యీదేశపు రాజులకు యేజెంట్లుగా నుండి తుట్టతుదకు వారికి యజమానులైరి. తమ సైన్యమును మిక్కిలిగా వృద్ధిపరచిరి. 1765 సంవత్సరములో రాబర్టు క్లైవు ఢిల్లి చక్రవర్తివలన బంగాళము, బేహారము, ఒరిస్సాదేశములను సంపాదించెను. ఈదేశములను పరిపాలించుటలో కంపెనీవారి యుద్యోగస్థులలో తగవులు సంభవించుటవలన పార్లమెంటువారు 1773 వ సంవత్సరములో రిగ్యులేటింగు ఆక్టు అను చట్టము నేర్పరచి, తాము కంపెనీవారి వ్యవహారములలో జోక్యము కలుగఁజేసికొని, పైతనిఖీ చేయుటకు మొదలుపెట్టిరి.

ఈ రిగ్యులేటింగు ఆక్టునుబట్టి బంగాళా గవర్నరుగారు గవర్నర్ జనరల్ గానేర్పడి బొంబాయి, మద్రాసు గవర్నరుల మీాదయధికారము కలిగియుంచుటయును, కలకత్తా, బొంబాయి, మద్రాసు హైకోర్టులు స్థాపించుటయును యేర్పాటు చేయబడినవి. కంపెనీవారి డైరెక్టర్ల చర్యలను పైతనిఖీచేయుటకు 1784వ సంవత్సరములో బోర్డుఆఫ్ కంట్రోలు అను సంఘ

మేర్పరచిరి. 1813, 1833 సంవత్సరములలో నిర్మాణము చేయబడిన చట్టములనుబట్టి యీకంపెనీవారేగాక యితరులుకూడా యిండియాదేశములో వర్తకముచేయుటకు సావకాశము కలిగినది. న్యాయాధికారశాఖకు నొక లామెంబరు నేర్పాటు చేసిరి. 1858 సంవత్సరములో కంపెనీవారి క్రిందనుండు రాజ్యమంతయు బ్రిటిషు ప్రభుత్వము క్రిందకు డైరెక్టుగా తీసుకొనబడి, 1861 సంవత్సరములో యీదేశమునకు, కార్యనిర్వాహక, శాసననిర్మాణశాఖలును, వానికుండతగిన యధికారములును తెలియఁజేయుచు, పార్లమెంటువారుచట్టమును ప్యాసుచేసిరి. ఈచట్టములోనుండు విషయములనే 1892, 1909 సంవత్సరములలో యేర్పడిన చట్టములు మరికొంత వ్యాపింపఁజేసినవి.

మొదట యీస్టుయిండియా కంపెనీవారి యధికారమంతయు, వారికోర్టు ఆఫ్ డైరెక్టర్సు, బోర్డుఆఫ్ కంట్రోలు అను సంఘములయందుండి తరువాత 1858 సంవత్సరములో యీదేశము విక్టోరియారాణీగారి పరిపాలనక్రింద తీసికొనబడినపుడు, పార్లమెంటువారికి జవాబుదారుడుగానున్న సెక్రటరీ ఆఫ్ స్టేటు అనుమంత్రి కీయబడినది. ఈయనకు మనదేశపు సంగతులను బాగుగ తెలియఁజేయుటకు అదివరకీదేశములో గొప్పయుద్యోగములుచేసి పెన్షనుల తీసికొన్నవారిని, యిం

కామటికొండలు గొప్పవారినికలిపి ఒకకౌన్సిలు యేర్పాటు చే యబడినది. ఈబ్రిటిషు పార్లమెంటువారు యిండియాదేశ విష యములలో మొదట నిరీక్షించినంత జోక్యము కలుగఁజేసికొ నకపోయినను మొత్తముమీఁద 1861, 1892, 1909 సంవత్స రములలో క్రమక్రమముగ మన చట్టనిర్మాణశాఖలలో మా ర్పులను కలుగఁజేసి ప్రజాప్రాతినిధ్యమును కొంతవఱకైనను వృద్ధిపరచిరి. ఇండియా కార్యనిర్వాహక శాఖలలోకూడ కొ న్ని మార్పులుకలిగినవి. సామ్రాజ్యకార్యనిర్వాహక సభలో నుండు అయిదుగురిలో నొకరు యిండియాదేశస్థుడుగ నుండ వలయును. ఆంగ్లేయమంత్రులవలెనే యీఅయిదుగురు మెంబ ర్లు వారివారి డిపార్టుమెంటులకు వారేజవాబుదార్లుగానుందు రు. తక్కినవారితో సంప్రదించవలయునను నవసరములేదు. బంగాళము, బొంబాయి, మద్రాసుగవర్నరులుగాక, మఱినలు గురు లెఫ్టినెంటుగవర్నరులు ఒకఛీఫు కమీషనరు యేర్పరిచ బడిరి. నాగరికత ప్రబలినకొలది దేశములో రాజకీయ వ్యవ హారములు సంశ్లిష్టములై నానాముఖముల వృద్ధియగుటను బట్టి కొన్ని విషయములలో క్రింది దేశీయభాగ పరిపాలకులను (Provincial government) స్థానిక ప్రభుత్వములకును (Local governments) సంపూర్ణాధికారము లొసంగబడుచున్నవి. ఇప్పుడు అధికారవిభజన కమీషనువారు (Decentralizationcommission,) చేయు రిపోర్టుల ననుసరించి, యీయధికారములింక ననేక విషయములలో యెక్కువగ నీయబడునని తోచుచున్నది.

II

ఇండియామీఁద పార్లమెంటువారి యధికారము.

బ్రిటిషు పార్లమెంటువారు, అనగా యింగ్లాండు రాజ ప్రభుసంఘము, ప్రజాప్రతినిధి సంఘముకలసి యీదేశముమీఁద సంపూర్ణమైన యధికారము కలిగియుండి వారికి న్యాయమని తోఁచిన యన్నివిధములైన చట్టములను, మనకొఱకు చేయగలుగుదురు. గవర్నరు జనరల్‌గారు మొదలు చిన్న గ్రామోద్యోగియునివరకును ఆచట్టములకు బద్ధులై నడచుకొనవలయును. కాని ఆంగ్లేయరాజ్యతంత్రములో, ప్రజాప్రతినిధిసంఘము మిక్కిలి బలమైనదగుటచేతను యీసంఘములోని ప్రతినిధులందఱు ప్రజలచేతనే యెన్నుకొనబడువారగుటచేతను, యింగ్లాండు ప్రజలేమనకు యజమానులని యెంచుకొనవలయును. మన దేశములోని ప్రజలువారివలె నెట్టియధికారమును చెలాయించలేరు. ఇంగ్లాండుప్రజలకును వారిప్రతినిధులకును, మనమీఁద డైరెక్టుగా అధికారము లేకపోయినను మనదేశపరిపాలనవారికి నమ్మకముగల మంత్రివర్గము చేతిలోనున్నదని చెప్పవచ్చును. పార్లమెంటువారి యధికారమునకులోబడి ఆంగ్లేయ మంత్రివర్గ

ములో నొకరగు సెక్రటరీ అఫు స్టేటు ఫర్ యిండియాగారును వీరికి సలహానిచ్చుట కేర్పడిన యిండియా కౌన్సిలువారును యీదేశపు సివిలు మిలిటరీపరిపాలనంతయు నడపుచున్నారు. మన గవర్నరుజనరల్‌గారు ఆంగ్లేయరాజుగారికి ప్రతినిధిగనుండి (Viceroy) పార్లమెంటు చట్టములవలన నీయబడిన యధికారమును పూర్వపు యీస్టుయిండియా కంపెనీవారి యధికారమును అంతకుపూర్వమున్న మొగలాయి చక్రవర్తుల యధికారమును చెలాయించుచున్నారు. ఇంగ్లాండురాజుగారి తరఫున యిండియాసెక్రటరీ ఆఫుస్టేటుగారు యిండియా గవర్నమెంటువారిమీద పైతనిఖీ చేయుచుందురు. అనుభవములో మాత్రము పార్లమెంటువారును వారినియామకులగు బ్రిటిషు ప్రజలును మనయిండియా పరిపాలన విషయమై తూష్ణీభావమును కనపరచుచు ఇక్కడి వ్యవహారములనుగుఱించి తెలిసికొనుటకు ప్రయత్నమైనను చేయరు.

పార్లమెంటువారు తమప్రస్తుత చట్టములనుబట్టి యిండియా గవర్నమెంటువారిమీద చలాయించగల యధికారము లేవన--(1) ఈదేశప్రజలవలని వచ్చు ఆదాయమంతయు సెక్రటరీ ఆఫుస్టేటుగారు యీదేశ పరిపాలననిమిత్తము తన కిష్టమువచ్చినరీతిని ఖర్చుచేయగలిగినను తానుచేయు ఖర్చులనుగుఱించి పార్లమెంటువారికి తెలియఁజేయు చుండవలెను.

వారియనుమతి లేకుండ తాను యీ దేశపరిపాలనకై అప్పులు చేయకూడదు. (2) సంవత్సరమునకొకసారి యీ దేశపు ఆదాయవ్యయములపట్టీ (Budget) పార్లమెంటువారియెదుట పెట్టబడునుగాని దానినిగురించి వోట్లుతీసికొనుట యాచారము లేదు. రాబోవుసంవత్సరపు బడ్జెట్టునుగురించి మామూలుతీర్మానమొకటి చేయబడును. (3) ఈదేశముమీద పరరాజులు దండెత్తి వచ్చినప్పుడుతప్ప పార్లమెంటువారి యంగీకారము లేనిదే విదేశీయులతో బ్రిటీషువారికి జరుగుయుద్ధములకు యిండియా దేశపు ఆదాయమును వినియోగించకూడదు. (4) 1909 సంవత్సరపు యిండియా కౌన్సిలుఆక్టుక్రింద యీ దేశములో చేయబడు నిబంధనలకు శీఘ్రకాలములో పార్లమెంటువారి యనుమతిని పొందవలెను.

కాలనీల సెక్రెటరీకి వలెనే యిండియా సెక్రెటరీగారి జీతమునుగురించికూడ పార్లమెంటువారియెదుట వోటునకుంచిన యెడల మనయిండియా బడ్జెటును గురించి యిప్పటికంటె నెక్కువ తృప్తికరముగ పార్లమెంటులో చర్చజరుగవచ్చును.

III

ఇండియాఆఫీసు; స్టేటు సెక్రటరీ.

పార్లమెంటువారి ప్రభుత్వమునకు లోబడి యింగ్లాండు వలన రాజ్యములను ఆంగ్లేయరాజుగారు తనకాలనీల సెక్రటరీ

యొక్కయు ప్రీవికౌన్సిలుయొక్కయు సహాయముతో పరిపాలించుచున్నారు; ఇండియా దేశమును యిండియా సెక్రటరీగారియొక్కయు యిండియా కౌన్సిలుయొక్కయు సలహాతో సేలుచున్నారు. ఈకౌన్సిలువారి యంగీకారమును కొన్ని విషయములలో మాత్రము సెక్రటరి ఆఫుస్టేటుగారు తీసుకొనితీరవలయును. ఈయన యిండయాదేశపు పరిపాలన విషయమై పార్లమెంటువారికి జవాబుదారుడై యుండవలెను. కాని పార్లమెంటుతో సంబంధములేకనే తన యాలోచనసభలో మెజారిటీవారి సలహాతో ఇండియాదేశపు ఆదాయమును ఖర్చుచేయవలసియుండును. దానిని పరదేశములలో జరుగు యుద్ధములకు వినియోగించవలెనన్న పార్లమెంటువారి యంగీకారము కావలసియుండును. ఇట్టి వ్యవహార మెన్నడోగాని తటస్థించదు. స్టేటుసెక్రటరీగారికిని ఆయన కౌన్సిలుకును గలయనుభవము పార్లమెంటులోనుండు ప్రతినిధులకు లేకపోవుటవలన పార్లమెంటువారు సాధారణముగా ఇండియాదేశపు విషయములలో జోక్యము కలుగఁజేసికొనుచుండుటలేదు. ఇది కడుశోచనీయము. ఇండియా గవర్నమెంటువారు యీదేశప్రజలకుత్తరవాదులుకాక పోవుటచేతను ఇండియా స్టేటుసెక్రటరీగారు పార్లమెంటుకు నామకార్థముగ యుత్తరవాదియైయున్నను తన యిండియా ఆఫీసుమెంబర్లసలహామీదనే సమస్తకార్యములను

నిర్వహించగలిగి యుండుటచేతను, మన దేశ వ్యవహారములలో మనపక్షమున బలముగ వాదించువారెక్కడను కానరారు. పార్లమెంటులో కొందరు మెంబర్లు అప్పుడప్పుడు సెక్రటరీ ఆఫ్ స్టేటుగారిని కొన్ని ప్రశ్నలువేసి అసంతృప్తికరమగు జవాబులను బడయుచుందురు.

సామ్రాజ్యవ్యవహారములలో ఆంగ్లేయులు తమలాభమునే చూచుకొనెదరుగాని మనఇండియాప్రజల కష్టములను సామాన్యముగ గమనించరు. ఇండియా సెక్రటరీగారు తన సోదర మంత్రివర్గమువారు చెప్పినట్లు చేయునుగాని తన ఇండియాకౌన్సిలువారు చెప్పినట్లుకూడ చేయడు.

లండనుపట్టణములో నుండు యీ యిండియా యాలోచనసభలో పదిమంది మొదలు పదునలుగురు వరకు మెంబర్లుందురు. వీరినందఱిని యిండియాస్టేటు సెక్రటరీగారే యేర్పరచెదరు. వీరు పదిసంవత్సరములవరకు తమ యుద్యోగములయందుండవచ్చును. తగినకారణములున్నప్పుడు యీగడువుకాలమును మరియైదు సంవత్సరములవరకు హెచ్చుచేయవచ్చును. ఒకసారి ఖాయముగ నియమింపబడినపిదప పార్లమెంటువారి వలననే తప్ప వీరెవరిచేతను తీసివేయబడకూడదు. ఇండియా గవర్నమెంటువారి కిష్టములేనప్పటికి యింగ్లాండులోను యిండియాలోను ఉండు ప్రజాభిప్రాయము ననుసరించి

సెక్రటరీ ఆఫు స్టేటుగారు కొన్ని విషయములలో నూతనముగ బిల్లులను ప్రవేశపెట్టవలసినదని యిండియాగవర్నమెంటు వారికి వ్రాయవచ్చును. ఇండియా ప్రజలకిష్టము లేకపోయినను యిండియా గర్నమెంటువారి కిష్టములేకపోయినను సెక్రటరీ ఆఫుస్టేటుగారుయిక్కడి చట్టనిర్మాణసభలలో బిల్లులను ప్రవేశపెట్టించి ప్యాసుచేయించవచ్చును. సెక్రటరీఆఫు స్టేటుగారు తన యిండియా కౌన్సిలువారి సలహాను అనుసరించి కొన్ని విషయములలో నడచుకొనవలసియుండునని యిదివఱకు చెప్పియున్నాము. అవియేవియన:—(1) ఇండియా దేశపుఆదాయమును ఖర్చుచేయవలసిన విధములు. (2) అప్పులుచేయుట యితరులతో కంట్రాక్టు లేర్పరుచుకొనుట. (3) ఉద్యోగస్థుల జీతములనుమార్చుట, వారిశెలవులు మొదలగు విషయములనుగురించి నూతననిబంధనల చేయుట. (4) ఇండియన్ సివిలు సర్వీసు యుద్యోగములను యీదేశస్థులకొసంగుట. (5) గవర్నరుజనరల్ గారి యాలోచనసభకు తాత్కాలికముగ మెంబర్ల నేర్పరచుట.

IV

సామ్రాజ్య పరిపాలనము.

ఇండియా దేశముయొక్క చట్టనిర్మాణ కార్యనిర్వాహకాధి కారములు బ్రిటిషు పార్లమెంటువారియందున్నవని చెప్పి

యుంటిమి. కాని యీ దేశపరిపాలన అనేక వేలమైళ్ళదూర మం దున్న లండను పట్టణమునుండి డైరెక్టుగా జరుపబడనేరదు గనుక యీ దేశములో ప్రస్తుతము అమలులోనున్న వివిధ శాఖలను గురించియు రాజ్యపద్ధతులను గురించియు మనము విచారింతము. ఈదేశములో సివిలు మిలిటరీ శాఖలమీద పైతనిఖీ చేయు నధికారము మన రాజప్రతినిధియైన గవర్నరు జనరల్ గారి యందున్నది. వీరికి సలహానిచ్చుటకు ఒక ఆలోచనసభ యున్నది. వీరందరు ఇంగ్లాండులోనుండు సెక్రటరీ ఆఫ్ స్టేటు వారియాజ్ఞలకు లోనై నడుచుకొనవలసి యున్నను సామాన్య విషయములలో యిండియా గవర్నమెంటువారే చట్టములను మొదట ప్రవేశపెట్టుటయు యింగ్లాండులోనుండు యిండియా కౌన్సిలువారు ఆచట్టములనుగురించి పైవిచారణ చేయుటయు తరువాత సెక్రటరీ ఆఫ్ స్టేటుగారు పార్లమెంటువారి యాజ్ఞలకులోబడి వానిని నిరాకరించు నధికారము కలిగియుండుటయు తెటస్థించుచున్నది. ముఖ్యవిషయములలో గవర్నరు జనరల్ గారు సెక్రటరీఆఫ్ స్టేటువారియంగీకారమును బడయుచుండును. వీరిద్దరకు భేదాభిప్రాయములు కలిగినప్పుడు గవర్నరు జనరల్ గారు లోబడవలయును. లేదా తనపదవికి రాజీనామా నీయవలయును. ఇండియాప్రజలందరు యీయన యభిప్రాయమే న్యాయమైనదని యెంచినను దీనివలన యెట్టిప్రయోజనము

లేదు. మిక్కిలి ధైర్యశాలియు ప్రయోజకుడునగు కర్జను ప్రభువు సెక్రటరీఆఫు స్టేటుగారితో నేకీభవించలేనపుడు తన యుద్యోగమును మానుకొనవలసివచ్చెను.

ఇంగ్లాండులోనుండు కలోనియల్ సెక్రటరీగారు తన శాసన నిరాకరణాధికారమును ఆంగ్లేయవలసరాజ్యములలో అక్కడిగవర్నరుమూలమున ఉపయోగపరచును. కాని నూతనముగ తిరిగి ప్రజలచేత నెన్నుకొనబడిన ప్రతినిధులు అట్టిచట్టమునే ప్యాసుచేయవచ్చును. అప్పుడు యింగ్లీషు గవర్నమెంటువారు చేతులు ముడుచుకొని యూరకుండవలసినదే. మన దేశములో యిండియా గవర్నమెంటువారు మన ప్రజలకు త్తరవాదులు గాక యింగ్లాండులో నుండు హోము గవర్నమెంటువారికే రాజకీయ న్యాయశాస్త్రముల ననుసరించి జవాబుదారులగుచున్నారు గనుక మనగవర్నమెంటువారు కొంతస్వేచ్ఛతో కూడిన నిరంకుశ ప్రభువులని మనమెంచుకొనవలయును. వీరుశాసననిర్మాణ సభలవలన బహుజనాభిప్రాయమును తెలిసికొని తమకు తోచిన న్యాయము నవలంబించవలసినదే గాని వారిమీద ప్రజల కేవిధమైన యధికారమును లేదు. ఎక్కడనో కొన్ని ముఖ్యాంశములలో స్టేటుసెక్రటరీగారి యాజ్ఞలకు బద్ధులైయుండుట తప్ప, సామాన్యముగా మనగవర్నరు జనరలుగారు నిరంకుశాధికారము గలవారై అన్నివిషయము

లలో ప్రజల శ్రేయాభివృద్ధికి మూలకారణులై యున్నారు. ఈ యన మన చక్రవర్తిగారి ప్రతినిధి గనుకను హిందూదేశ పూర్వపు చక్రవర్తుల స్థానము నలంకరించుట చేతను సమస్త రాజ్యాధికారములు యీయనయందున్నవని చెప్పవచ్చును. ఈ యన పన్నులను వేయవచ్చును. వానిని వసూలుచేసి తనకిష్టము వచ్చినటుల ఖర్చు చేయవచ్చును. ప్రజలకీయవలసిన ఋణములను తీర్చుటకు ముందుగా, గవర్నమెంటు కీయవలసిన ఋణములను వసూలు పరచవచ్చును. ఏశాసనముతోగాని గవర్నమెంటువారుకూడ దానికి బద్ధులు కావలయునని వ్రాయని యెడల అది వారిని బాధించదు. సెక్రటరీ ఆఫు స్టేటు వారిపై తనిఖీకి మాత్రము లోబడి గవర్నరుజనరల్ గారు ఆసియా ఖండములో నుండు యితర రాజ్యములతో సంధులను చేసికొన వచ్చును. క్రొత్తదేశములను సంపాదించ వచ్చును. తనరాష్ట్రము లో నేభాగమైనను యితరరాజులకీయవచ్చును.

మన గవర్నరుజనరల్ గారికి సహాయముగా ఒక యాలోచనసభ యేర్పాటు కాబడిన దని యిదివరకే చెప్పియుంటిమి. ఈసభలోని ప్రతిమెంబరు ఒక్కొక్క డిపార్టుమెంటుకు ముఖ్యాధికారిగా నుండును. ఈసభవారందఱు సామ్రాజ్య కార్యనిర్వాహక సంఘమని పిలువబడుదురు. వీరు తీర్మానించు ప్రతివిషయమును గవర్నరు జనరల్ గారు స్వయముగ

జరిగించినట్లే యెంచబడును. ఈసభవారు యేకగ్రీవముగనిచ్చు సలహానుకూడ గవర్నరు జనరల్‌గారు నిరాకరించవచ్చును. కాని సాధారణముగా రాజకీయ వ్యవహారములు కాలక్రమమున మిక్కిలి చిక్కులతో నిండియుండుటవలన గవర్నరు జనరల్‌గారు యేవిషయములోనుకూడ తానొక్కడే జవాబుదారీతీసికొనుటకు యిష్టపడరు. ఎక్కువమంది మెంబర్లయభిప్రాయములో నేకీభవించుచునే యుందురు. ఇదిగాక వీరి స్థానమునకు అయిదు సంవత్సరముల కొకసారి సాధారణముగా ఆంగ్లేయ ప్రభుసంఘములోవారిని బ్రిటిషుగవర్నమెంటువారు యీ దేశమునకు పంపుచుందురు. కాబట్టి క్రొత్తగ నీదేశమునకు వచ్చినవాడగుటచే బహుజనాభిప్రాయములు పూర్వసాంప్రదాయములు అనుభవశాలులైన తన కార్యనిర్వాహక సభవారికి తెలిసినంతగా తనకు గోచరములు కావు గనుకమన గవర్నరు జనరల్‌గారు వారియభిప్రాయములం దెక్కువ లక్ష్యముంచుట సహజమే. కాని మనదేశ రాజకీయ విషయములను బాగుగ తెలిసికొన్న తరువాత తమ సలహాను నిరాకరించగల యధికారము ధైర్యము యీయనయం దున్నదను భయముచేతనే యీసభలోనుండు మెంబర్లుకూడ తామందఱు కుట్రచేసి యీయనతో పోరాటము సాగించుటకు వెఱతురు.

ఈకార్యనిర్వాహక సభలోని మెంబర్లుకూడ తమతమ డిపార్టుమెంటులలో మామూలుగ జరుగుచుండు కార్యములకు ఉత్తరవాదులగుచున్నారు. ముఖ్యమైన డిపార్టుమెంటు లేవి యన:— (1) విదేశీయవిషయములు (Foreign affairs) (2) స్వదేశముతో సంబంధించిన విషయములు (Home affairs)(3) రివిన్యూ వ్యవసాయము (4) రాజస్వము (Finance) (5) వాణిజ్యము (6) శాసననిర్మాణము (7)పబ్లికువర్క్సు (8) సైన్యములు (9) విద్య, పరదేశ సంబంధమైన విషయములు గవర్నరు జనరల్‌గారు తన చేతిలోనే యుంచుకొనును. ప్రతిడిపార్టుమెంటుకు ఒక సెక్రటరీ, డిప్యూటి సెక్రటరీలు, అండరుసెక్రటరీలు, అసిస్టెంటు సెక్రటరీలు అనేకమంది గుమాస్తాలు నుందురు ప్రతి సెక్రటరీయును, తమడిపార్టుమెంటు చేయవలసిన మార్పులు,జరుగవలసిన పనులు యీ మొదలగు విషయములను గురించి మిమొరాండములు తయారుచేసి ఆఖరు తీర్మానములకు ఆడిపార్టుమెంటు ముఖ్యాధికారి యెదుట పెట్టును. ఈ మెంబరుగారు వీనిమీద ఆర్డర్లు తానే వేయుచుండును. వీనిలో కొంత ఆలోచనలోకూడుకొన్న చిక్కువిషయములనుగురించి తన యభిప్రాయమును సూచించుచు వానిని గవర్నరు జనరల్‌గారి యుత్తరవులకు పంపుచుండును. ఆయన వానినిగురించి విస్తారము చర్చఅవసరము లేదని తోచినపుడు తానే ఆ

ర్డర్లు వేయుచుండును. అట్టిచర్చ అవసరమని యెంచినయెడల అన్ని డిపార్టుమెంటుల మెంబర్లుగల కౌన్సిలుయొక్క యంగీకారమునకు వారియెదుట పెట్టును. అప్పుడు, ఆడిపార్టుమెంటు సెక్రటరీగారు చర్చించబోవు విషయమునుగురించి మెంబర్లకు కావలసిన సముజాయిషీనంతయు నీయవలయును.

ఈరాజ్యపద్ధతి కమిటీ గవర్నమెంటని చెప్పవచ్చును. అయినను యీకమిటీ ఆంగ్లేయ మంత్రి సంఘమువంటిదికాదు. ఈసంఘమువారు (Cadinet) పార్లమెంటుకు ఉత్తరవాదులుగ నున్నారు. ఇండియా దేశములో యీకార్య నిర్వాహక సంఘమువారు (Governor General ın Councıl) చట్టనిర్మాణసభ కుత్తరవాదులుకారు. ఆంగ్లేయ మంత్రిసంఘము తమలోనొకరుచేసిన కార్యమైనను పార్లమెంటువారు ఆమోదించనియెడల వీరందఱు ఒకపార్టీలో చేరినవారగుటచే అందఱుకలసి తమపదవులకు ఒక్కసారిగా రాజీనామాల నిత్తురు. ఇక్కడ, నార్తుబ్రూకు కర్జను ప్రభువులవలె మన గవర్నరు జనరల్లు రాజీనామాల నిచ్చినను, కౌన్సిలు మెంబర్లందరు తరువాత వచ్చుచున్న గవర్నరు జనరల్‌గారు చెప్పినటుల నడుచుకొనవలయునేగాని తమయుద్యోగములనుండి తొలగిపోరు. వీరందరు ఖాయపు సివిలుసర్వీసు ఉద్యోగస్థులును తమ నియమితకాలానంతరము, పెన్షనులుతీసికొని సీమకు

పోయెదరు. తమ సలహాను గవర్నరుజనరల్‌గారుగాని సెక్రటరీ ఆఫు స్టేటుగారుగాని అంగీకరించక పోయినంత మాత్రముచేత తమయుద్యోగములను మానుకొనవలసిన పనిలేదు. ఆంగ్లేయమంత్రివర్గము (1) శాసననిర్మాణసభలో మెంబర్లుగనున్నారు. (2) వీరందఱును ఒక పార్టీలోనే చేరి ప్రజాప్రతినిధిసంఘములో మెజారిటీని కలిగియుందురు. (3) వీరందఱు ఒకేరాజ్యనీతి నేర్పరుచుకొని, దానికనుగుణమైన పద్ధతుల నవలంబించెదరు. (4) ప్రజాప్రతినిధి సంఘమువారు తమయందు నమ్మకములేనట్లు కనుపడగనే యేకకాలమందుచేయు తమ రాజీనామాల మూలమున తమయుమ్మడి జవాబుదారిని తెలియజేయుదురు. (5) వీరందఱును తమప్రధానమంత్రికి లోబడియుందురు. వీనిలో నేవిషయములోను మన కార్యనిర్వాహక శాఖలోనిమెంబర్లు ఆంగ్లేయమంత్రివర్గమును పోలియుండరు. ఇంతియగాక ఆంగ్లేయ రాజ్యతంత్రములో యీమంత్రివర్గమువారు బహిరంగముగ స్థాపింపబడిన యొక యంగముకాదు. వీరు తమలోతాముచేసికొను తీర్మానములు గ్రంథస్థములుగ నుండవు. వీనికి యేవిధమైన రికార్డులులేవు. అట్టిరికార్డు లుంచవలసిన యవసరములేదు. మనయిండియాదేశములో యీ కార్యనిర్వాహణ శాఖలోని మెంబర్లు, తాముప్రతి స్వల్పవిషయములోను వ్యాసుచేయు ఆర్డర్లు భిన్నాభిప్రాయములు తీర్మాన

ములు మొదలగునవి వ్రాతమూలకముగ నుండవలయును. ఇట్లుండుటవలన ప్రజలకు మిక్కిలిలాభముకలదు. చట్టనిర్మాణసభలో మనమెంబర్లు వేయు ప్రశ్నలకు కార్యనిర్వాహక మెంబర్లు తృప్తికరమైన జవాబులు చెప్పకపోయినను సెక్రటరీఆఫు స్టేటుగారికిని ఆయన కౌన్సిలుకును యిట్టిరికార్డు ఉండుటవలన ప్రతి గొప్పయుద్యోగియొక్క యభిప్రాయము వెల్లడి యగుచుండును. ఈకార్యనిర్వాహక శాఖవారు జనుల కుత్తరవాదిగాక రహస్యముగ రాచకార్యములు జరిగించుచున్నపుడు యిట్టినిర్బంధ వ్రాతమూలకమైన యభిప్రాయములుండనియెడల మనకు మిక్కిలి నష్టముసంభవించుననుటకు సందియములేదు.

ఈకౌన్సిలులో కార్యాచరణకు కావలసిన నిబంధనలు మొదలగునవి గవర్నరు జనరల్‌గారిచేత నేర్పఱుపబడి రహస్యముగ నుంచబడును. వీనితో సంబంధించిన మరికొన్ని రూల్సును, వీనిలోకొన్ని మార్పులును సెక్రటరీ ఆఫు స్టేటుగారుకూడ చేయుచుందురు. రెండు డిపార్టుమెంటుల ముఖ్యాధికారులకు యేవిషయములోనైనను తగవులు సంభవించినపుడుగాని రాజనీతిలో సంబంధించిన ముఖ్యాంశములను చర్చించవలసినప్పుడుగాని యీసభ మెంబర్లందఱు (Imperial Executive Council) వారమున కొకసారి కూడి తీర్మాన

ములు చేసికొనెదరు. ఈ తీర్మానములను ఆ యా డిపార్టు మెంటుల సెక్రటరీలు ప్రచురపఱచుచుందురు క్రింది దేశభాగ పరిపాలకుల (Provincial Governments) యభిప్రాయములను త్రోసిపుచ్చవలెనన్న ఆయాడిపార్టుమెంటుల ముఖ్యాధికారులు గవర్నరుజనరల్‌గారితో సంప్రదించవలయును. వీరి యుభయులకు భేదాభిప్రాయములు కలిగినపుడు వానిని కౌన్సిలు యెదుట పెట్టవలెను. అప్పుడు యెక్కువమంది యభిప్రాయమునుబట్టి అందఱు నడచుకొనెదరు. తనకు మిక్కిలి ముఖ్యమని తోచిన విషయములో గవర్నరు జనరల్‌గారు మెజారిటీ వారి యభిప్రాయమునుకూడ తిరస్కరించి తన నిరాకరణాధికారమును (Right of veto) చెలాయించవచ్చును.

సామ్రాజ్యపరిపాలనము రెండు భాగములుగ విడదీయవచ్చును. (1) కార్యనిర్వాహక సంఘమువారు తమ తాబేదారులచేత స్వయముగ పనులు నెరవేర్చుకొనుట. (2) తమ క్రింది పరిపాలకులమీద పైతనిఖీమాత్రము చేయుచుండుట. రైల్వే, పోస్టు, టెలిగ్రాఫు, నల్లమందు, రాజకీయవిషయములు, సైన్యము, రాజస్వము, నాణెములు, దేశమంతకును విధించుపన్నులు, విదేశసరకులమీఁది సుంకములు, లెక్కలతనిఖీ ఈ విషయములు సామ్రాజ్య పరిపాలకులయందే (Imperial Government) యుండును. దేశములో నెమ్మదికి భంగముకలు

గకుండ చట్టముల నములులోనుంచుట పన్నులను వసూలుచే యుట విద్య, సంఘ, పారిశుద్ధ్యము, వ్యవసాయము, రోడ్లు, అడవులు మొదలగు విషయములు క్రింది పరిపాలకులకు (Provincial Governments) వదలి వేయబడుచున్నవి. కొన్ని ముఖ్యవిషయములలో అనగా వ్యవసాయము, అడవులు, నీటి పారుదల, విద్య, వైద్యము, పోస్టు, టెలిగ్రాఫు, రైల్వేబోర్డులు, సర్వే వీనికి యిన్స్పెక్టరు జనరల్సు, డైరెక్టరు జనరల్సు సర్వేయరు జనరల్ మొదలగువారు యిండియాదేశమున కంతకును యేర్పడి సామ్రాజ్య పరిపాలకుల క్రిందనేయుండి వారికి జవాబుదారులగుచున్నారు.

జిల్లాపరిపాలనము.

సామ్రాజ్య పరిపాలకులకును (Imperial Government) మాండలిక పరిపాలకులకును (Provincial Governments) గల సంబంధములను వెనుకటి యధ్యాయములో తెలియపరచబడినది. ఈమాండలిక పరిపాలకులు తమ కార్యనిర్వాహణాధికారములో కొంత భాగమును తమ యేజంట్లుగనుండు కలెక్టర్లు మొదలగువారికిని తమకును తమ యేజంట్లకును లోబడిన యధికారములు గల లోకల్ బోర్డులు, మ్యునిసిపాలిటీలు, యూనియనులు మొదలగు స్థానికపరిపాలకులకు కొంతభాగమును యిచ్చుచున్నారు. మనప్రభుత్వమువారు

జనులలో రాజకీయజ్ఞానము బాగుగ వ్యాపించి యుండలేదని యు కనుక మనము స్థానికస్వపరిపాలనముకు తగమనియు అభిప్రాయులరై కార్యనిర్వాహకాధికారము కొద్దికొద్దిగ మన లోకల్ బోర్డులు మ్యునిసిపాలిటీల కొసంగుచు యీస్వల్పయధికారములలోకూడ పైతనిఖీ తమయందే యుంచుకొనుచున్నారు. ఆధునిక రాజ్యములలో నెల్ల కార్యనిర్వాహముసర్వతోముఖమై అతిచిక్కులతో నిండియున్నపుడు కేంద్రమాండలిక పరిపాలకులు (Central and Provincial governments) తమ కార్యనిర్వాహకాధికారము అనేకవిషయములలో ప్రజలకు క్రమక్రమముగ నీయవలసి యుండును. ఇదిగాక జనులలో రాజకీయవిద్య ప్రబలవలెనన్న కార్యనిర్వాహణము వారిచేత చేయించుచుండవలెను. ఈ కార్యనిర్వాహకములో స్థానిక పరిపాలకులకు కొంతస్వతంత్రతయుండవలెను. దీనివలన అనేక కార్యములు బాగుగను మితవ్యయముతోను జరుగును.

ప్రజలకుత్తరవాదియైన పరిపాలనలో ప్రజల హక్కులకు భంగము కలిగినపుడు వారు డైరెక్టుగగాని లేక మఱియొక విధముగగాని తమపాలకులను తీసివేయు నధికారము కలవారైయుందురు. కాబట్టి ఒక రాజ్యములో కొంతభాగమునకు మాత్రము సంబంధించినవిషయములలో అక్కడిజనులకే

సంపూర్ణ కార్యనిర్వాహకాధికారమిచ్చుట న్యాయము. విద్య, బీదలకుసహాయము, రోడ్లు, పారిశుద్ధ్యము, వైద్యము, యీ మొదలగువిషయములలో పరిపాలకులిచ్చు ద్రవ్యమున కుత్తోడుగ అప్పుడు జనులుకూడ తమశక్తికొలది కొంతపన్నును వేసికొనెదరు. కాబట్టి ప్రజాప్రతినిధులకే కొన్ని డిపార్టుమెంటులు వదలివేసినయెడల వానిలోనిపనులు యెక్కువ బాగుగ జరుగుననుటకు సందేహములేదు. అట్లుగాక కొన్నిసంవత్సరములకొకసారి చట్టనిర్మాణసభలకు ప్రతినిధుల నేర్పాటుచేసికొనుటకు కొందఱు నియామకులు కాఁజుచున్నంతమాత్రముచేత దేశపరిపాలకులమీద ప్రజలకెట్టియధికారముకలదు? కేవలము వోట్లువేయునధికారము మాత్రమే యుండుటవలన ఒకప్పుడు కొన్నినష్టములుకూడ సంభవించును. రాజకీయాందోళన సమయములలో జనులకేదైన యొక పిచ్చియభిప్రాయమును కలుగఁజేసినచో అదివిప్లవములకు కారణమగుచుండును. కాబట్టి సామాన్యజనులలో రాజకీయజ్ఞానమువ్యాపించవలెనన్న వారిచేత సదా రాచకార్యములను జరిపించుచుండవలయును. ఇతరదేశములలోని ప్రజలు కార్యనిర్వహణమెట్లు జరిగించుచున్నారో జనులకు బోధచేయుచుండవలయును. స్వార్థత్యాగము, పట్టువిడుపులు, అహంకార రాహిత్యము, దేశాభిమానము, ఓర్పు, నీతి, రాజకీయ్యా

జ్ఞానము—యీ మొదలగు సద్గుణములు స్వానుభవమువలన నేగాని యలవడవు. స్థానికప్రభుత్వ మెంత బాగుగ జరుగుచున్న నంతజయప్రదముగ ప్రజాప్రాతినిధ్య పరిపాలనముండును.

కార్యనిర్వాహకమంతయు మనదేశములో నాలుగు విధములగుయధికారులక్రింద నున్నది.(1)సామ్రాజ్య పరిపాలకులు (Imperial government) తమక్రింద నున్న దేశభాగపరిపాలకులమీద పైతనిఖీచేయు యధికారములేగాక కొన్ని డిపార్టుమెంటులు మిలిటరీ, నావికాబలము, విదేశీయవిషయములు, స్వదేశరాజ్యములతో సంబంధము, రైల్వే,పోస్టు, టెలిగ్రాఫు, నాణెములు,నల్లమందు మొదలగునవివీరిచేతులలోనేయుండును (2) మాండలికపరిపాలకులు (Provincial governments) వీరు తమమండలములలెరా మామూలుగ నుండవలసిన కార్యనిర్వాహకాధికారమంతయు చెలాయించెదరు. సామ్రాజ్య పరిపాలకులపై యుత్తరువులకు మాత్రము లోబడియుందురు (3) జిల్లా పరిపాలకులు (District administrators) ఈయుద్యోగీయులు మాండలిక పరిపాలకుల కేజంట్లుగానుండి వారి యాజ్ఞానుసారముగ జిల్లాలను పరిపాలించుచుందురు. (4) స్థానిక పరిపాలకులు (Local governments) మాండలిక పరిపాలకులయొక్కయు జిల్లాపరిపాలకులయొక్కయు పైతనిఖీకిలోబడిన లోకల్ బోర్డులు, మ్యునిసిపాలిటీలు, యూనియనులు,

పంచాయితీలు, మొదలగునవి యేర్పాటుకాబడి వీనిలో ప్రజాప్రతినిధులును, గవర్నమెంటువారి నియామకులును వారి యుద్యోగీయులును కొందఱుండి తమజిల్లాలకు సంబంధించిన కొన్నిడిపార్టుమెంటులలో స్వతంత్రించి పనిచేయుచుందురు.

మన బ్రిటిషు యిండియా దేశములో సుమారు 250 జిల్లాలున్నవి. వీనియావరేజీ వైశాల్యము 4430 చదరపు మైళ్లును యావరేజీ జనసంఖ్య 931000. బర్మామద్రాసు మండలముల లోని జిల్లాలు మిక్కిలిపెద్దవి. సంయుక్త రాష్ట్రములలోనివి మిక్కిలిచిన్నవి. ప్రతిజిల్లా ఒకకలెక్టరు పరిపాలనక్రింద యుండును. ఈయన గవర్నమెంటు తరఫున జనులతో వ్యవహరించుటకు ప్రతినిధిగను జిల్లాకు పెద్ద మేజస్ట్రీటుగను నుండును. అన్నివిధములైన పన్నులను వసూలుచేయుట యీదేశములో ముప్పాతిక జనుల కాధారభూతమైన వ్యవసాయ విషయములలో జనుల యిబ్బందులను తొలగించుట వీరికిముఖ్యకర్తవ్యములు. భూములకు పట్టాలనిచ్చుట దరఖాస్తులను మంజూరుచేయుట, పట్టాలలో పేర్లనునమోదుచేయుట, నేల ఖామందులకును వారిరయితులకునుగల తగాయిదాలను పరిష్కరించుట. కోర్టుఆఫువార్డ్సు క్రిందను మైనర్ల యెస్టేటులను తీసికొనుట, కాటకములు సంభవించినపుడు బీదలకు పనులను కల్పనచేసి, వారిని రక్షించుట వ్యవసాయిదారుల కష్టముల నిష్పించుట— యీమొదలగు పనులను చేయవలసి యుండును.

మ్యునిసిపాలిటీలలో పనులు క్రమముగ జరుగుచున్నది లేనిది యీకలెక్టరు తెలిసికొనుచుండ వలయును. జిల్లాబోర్డుకు తాను ప్రెసిడెంటుగనుండి తాలూకాబోర్డుల సహాయముతో రోడ్లు, వంతెనలు, స్కూళ్లు, వైద్యశాలలు మొదలగునవి యేర్పాటు చేయుచుండవలెను. పల్లెటూళ్లలో టీకాలు వేయించుట మొదలగు సంఘపారిశుద్ధ్యమునకు కావలసిన పనులను గురించి విచారించుచుండ వలయును. ఈయన జిల్లాలో పెద్ద మేజస్ట్రీటుగనుండి దాని నెమ్మదికి యుత్తరవాదిగ నుండ వలయును. జిల్లాపోలీసువారిమీదను క్రిందిక్రిమినల్ కోర్టుల మీదను యధికారము కలిగి యుండును. తానుకూడ కొన్ని క్రిమినల్ కేసులను క్రిమినల్ అప్పీళ్లను విచారించవచ్చును. ప్రతి జిల్లాయును మూడునాలుగు భాగములుగ విభజింపబడి ఆయాభాగములకు సబుకలెక్టరు హెడ్డుఅసిస్టాంటు కలెక్టరు డిప్యూటికలెక్టరు అనుపేర్లతో నుద్యోగియులు నియమింపబడి యున్నారు. ఈభాగములు తాలూకాలుగ విడదీయబడి తహశ్శీలుదారుల క్రిందయున్నవి. ఈతహశ్శీలుదారులక్రింద రివిన్యూ యిన్స్పెక్టర్లు గ్రామోద్యోగియులు మొదలగు వారుందురు.

మదాసు రాజధానిలోతప్ప తక్కిన మండలములలో మూడునాలుగు జిల్లాలు కలసి ఒక కమీషనరుగారి పాలనలో నున్నవి. ఈయన రివిన్యూ కేసులలో ఆఖరుతీర్పు నిచ్చుచుండు

ను. కొన్ని పరగణాలలో మనకున్న రివిన్యూబోర్డుకు బదులు గ యిట్టికమీషనర్లే యేర్పడియున్నారు. మఱికొన్ని పరగణాలలో రివిన్యూబోర్డు కమీషనర్లుకూడ నున్నారు.

పైన చెప్పిన రివిన్యూ అధికారులు గాకపబ్లీకువర్క్సు కు నీటిపారుదలకు ఛీఫుయింజనీర్లును, విద్యాశాఖకు ఒక డైరెక్టరును, పోలీసుశాఖకు ఒకయిన్స్పెక్టరుజనరలును, అడవులకు ఒక కాన్సర్వేటరును, ఆసుపత్రులకు ఒకసర్జను జనరలును, సంఘ పారిశుద్ధ్యమునకు ఒకసానిటరీ కమీషనరును, జయిళ్ళకు ఒక యిన్స్పెక్టరు జనరలును—యీ మొదలగు పెద్దయుద్యోగీయులు మాండలిక పరిపాలకుల క్రిందనున్నారు. మన రివిన్యూబోర్డులో సాల్టు ఆబుకారీలకు సెటిల్మెంటులకు వ్యవసాయమునకు, లాండు రికార్డులకు వేరువేరు ఉద్యోగీయులేర్పడి యున్నారు.

VI

స్థానిక పరిపాలనము.

మన మ్యునిసిపాలిటీలు లోకల్ బోర్డులు యూనియనులు పంచాయితీ సభలు—యివియన్నియు స్థానిక పరిపాలనలో చేరినవైయున్నవి. వీనిలో జనులకు సంపూర్ణ స్వాతంత్ర్యమునిచ్చుటకు వారిలో రాజకీయజ్ఞానమింకను ప్రబలవలసి యున్నదనియు యీ దేశమున కిట్టి ప్రజాపరిపాలనము నూతనమైనదని

యు కొందఱు చెప్పెదరు. ఇదిగొప్ప పొరబాటు. అనేకవేల సంవత్సరముల క్రిందటనుండియు యీదేశములో గ్రామసంఘములేర్పడి తమ గ్రామమునకు సంబంధించిన యన్నికార్యములను, వారే నిర్వహించుకొను చుండిరి. ఈదేశము మీాద విదేశీయ దండయాత్రలెన్ని వచ్చినను దేశములో నెన్నివిప్లవములు సంభవించినను యెన్ని జాతులు పరిపాలించుచుండినను అరాజకమైనపుడు యెన్నిదోపిళ్ళు జరుగుచుండినను గ్రామసంఘములు మాత్రము జనుల నెమ్మదికిని ఆస్తి స్వాతంత్ర్యములకును భంగము రాకుండ తమ విధ్యుక్త కార్యముల నెరవేర్చుకొనుచుండెను. ఈస్టుఇండియా కంపెనీవారి రాజ్యపరిపాలనలోనే యీసంఘము లడుగంటినవి. వీనిని పునరుద్ధారణచేయక కార్యనిర్వాహణాధికార మంతయు పైనున్న కేంద్రపరిపాలకుల (Central Government) యందే యుంచి దానిని క్రిందిపరిపాలకులకు పంచిపెట్టుచు తుదకు గ్రామ సంఘముల కెట్టి యధికారమును బ్రిటిషు ప్రభుత్వమువారు యిచ్చియుండలేదు. సుమారు రెండుసంవత్సరముల క్రింద నేర్పడిన యధికారవిభజన కమిటీవారు గ్రామ సంఘముల యుపయోగములను కనిపెట్టి నిజమైన స్థానిక స్వపరిపాలనము యీదేశములో శాశ్వతముగ నుండవలెనన్న క్రిందనుండిపైకి కట్టవలెనుగాని యిప్పుడున్న రీతిగ నుండిన నేమియు లాభము లేదని అభిప్రా

య పడియున్నారు. ఈస్థానికపరిపాలనము మనదేశమందంతట ను నెలకొల్పిన రిపన్ప్రభువుగారికి మనమెల్లపుడు కృతజ్ఞులమై యుండవలయును. ఆయన 1882 సంవత్సరములో నీ విష యమై వ్రాసిన తీర్మానమును స్థానిక ప్రభుత్వము యొక్క విలువను తెలిసికొనఁ గోరిన ప్రతివాడును చదివి తీరవలయు ను. ఈ స్థానిక ప్రభుత్వమునకు కావలసిన నీతిసూత్రముల ను ఆయన చక్కఁగ వ్రాసి యున్నారు. ఇక్కడి ప్రజలయెడ నంత సానుభూతి గల గవర్నరుజనరిలుగారు మన దేశమునకు రా నందువలననే మనస్థానికప్రభుత్వమింకను తప్పటడుగులే వేయు చున్నది. ఎక్కడగాని స్థానికప్రభుత్వము జయప్రదముగ జరు గుచుండ లేదనినపుడు అక్కడిజనులకు మఱింత స్వపరిపాల నాధికార మిచ్చుటయేతప్ప మఱియొకమందు లేదని అనేక రాజ నీతికోవిదులు చెప్పియున్నారు.

మ్యునిసిపాలిటీలు లోకల్ బోర్డులు మొదలగువాని యధి కారములును విధులును తెలియజేయుటకు కొన్నిచట్టము లేర్పడియున్నవి. ఇంగ్లాండులో స్థానికప్రభుత్వమువారు లోప ములు జరిగించినపుడు కార్యనిర్వాహకశాఖవారు యెంతమా త్రము జోక్యము కలిగించుకొనుటకు వలనుపడదు. అక్కడి స్థానికసంఘములవలన నష్టపడిన పార్టీలు కోర్టులలో దావాలు వేసి న్యాయమును పొందవలసినదే. ఇటీవల అక్కడి చట్టని

ర్మాణశాఖవారు లోకల్ గవర్నమెంటుబోర్డు నొకదాని నేర్ప రచి దానికి కొన్ని విషయములలో స్థానికసంఘములపైని కొంతయధికార మిచ్చియున్నారు. మనయిండియా దేశములోకూడ స్థానిక సంఘములు చట్టములవలననే యేర్పడి ఆచట్టముల వ్యాఖ్యానము కోర్టులకే వదలివేయబడుచున్నది. కాని యీ చట్టములు నిరంకుశాధికారమునం దిష్టమున్న వారిచేత నేర్పడుటవలన యీస్థానిక సంఘముల నిర్మాణమును వీనియధికారములును, నిర్దిష్టమైనట్టియు కఠినమైనట్టియు హద్దులలో నుంచబడి అన్ని విషయములలోను మిక్కిలి మెల్లగ స్థానికప్రభుత్వము వ్యాపింపఁజేయబడుచున్నది. జనులకు రాజకీయజ్ఞానమల వడఁజేయుటకంటె రాచకార్యములు సరిగా జరుగుచున్నవా లేవాయను విషయమునే గవర్నమెంటు ఉద్యోగీయులు గమనించుదురు.

ఈదేశములో స్థానికసంఘములు రెండువిధములు—గ్రామసంఘములు నగరసంఘములు. మొదటివి యూనియనులని పిలువబడి పెద్దగ్రామములలో స్థాపింపబడుచున్నవి. ఇవి తాలూకాబోర్డులక్రింద నుండును. ఈతాలూకాబోర్డులు రెండుమూడు తాలూకాలకు కలపి యేర్పాటుచేయబడుచుండును. వీనిమీద తిరిగి జిల్లాబోర్డు ఒకటి యేర్పడి, తనయధికారమును చెలాయించుచుండును. నగరములలో మ్యునిసిపాలి

టీలను సంఘము లేర్పడియున్నవి. వీనికిని జిల్లాబోర్డులకును యేవిధమైన సంబంధము లేదు. ఈస్థానికసంఘములన్నిటిలో కొందఱు గవర్నమెంటు ఉద్యోగీయులును ప్రజలలోనుండి గవర్నమెంటువారు యేర్పరచినవారును ప్రజలచేత నెన్నుకొనబడు కొందఱు ప్రతినిధులును మెంబర్లుగా నుందురు. ఈమూడు విధములగు మెంబర్లసంఖ్య చట్టములో చెప్పబడిన మొత్తపు సంఖ్యకు తగ్గియుండి ఆయాజిల్లాలలోను పట్టణములలోను వీని పాళ్ళుమాత్రము మారుచుండును. జిల్లాబోర్డులకు కలెక్టరుగారే ప్రెసిడెంటు. వైసుప్రెసిడెంటుగారిని తమయుద్యోగస్థులు కానివారిలోనుండి గవర్నమెంటువారే యేర్పరచెదరు. కొద్దికాలముక్రిందటనే తాలూకాబోర్డు వైసుప్రెసిడెంట్లను ప్రజలేయెన్నుకొను నధికార మక్కడక్కడ కొన్ని జిల్లాలలో నీయబడినది. కొన్ని మ్యునిసిపాలిటీలలో చైరుమనులను గవర్నమెంటు ఉద్యోగీయులుకాని మ్యునిసిపల్ మెంబర్లే తమలో వోట్లువేసికొని యేర్పరచవచ్చును. ఈ మ్యునిసిపాలిటీలలో గవర్నమెంటు ఉద్యోగీయులను సాధారణముగా చైరుమనులుగా యేర్పాటుచేయబడుట లేదు. ప్రజల యారోగ్యము, క్షేమము, వారికి కావలసిన సౌకర్యములు, రోడ్లు, వంతెనలు, పారిశుధ్యము, విద్య, వైద్యము, టోలుగేట్లు, నీటివసతులు, బందెలదొడ్లు, బల్లకట్టులు, ధర్మాదాయములు ఈ మొదలగు

విషయములను గురించి స్థానికసంఘములు విచారించుచుండును.

ఈస్థానిక సంఘములకు స్పష్టముగ నీయబడిన కార్య నిర్వాహణమంతయు మాండలిక పరిపాలకులయందే యున్నదని చెప్పవచ్చును. ఈసంఘములకు కావలసినసొమ్ము చట్టముల ననుసరించి అక్కడి కట్టడములమీదను భూములమీదను వేయు పన్నుల మూలమునను వృత్తిపన్నులవల్లను, మోట్లులమీది ఆదాయము, లైసెన్సు ఫీజులవలనను, గవర్నమెంటువారు ప్రతిసంవత్సరమిచ్చు గ్రాంటులవలనను వచ్చుచుండును. ఇంగ్లాండులోవలెగాక యీదేశములో తమవిధ్యుక్త ధర్మములను సరిగా నెరవేర్చవలయునని యీ స్థానికసంఘముల నాజ్ఞాపించుటయు అట్లుచేయనియెడల తామే యీసంఘములను తమ క్రింద నుంచుకొని వ్యవహరించుటయు యీసంఘములలోని మెంబర్లకు తగవులు సంభవించి పనులు బాగుగజరుగనియెడల వీనినిగాని వీనిలోని మెంబర్లనుగాని తీసివేయుటయు సస్పెండుచేయుటయు కార్యనిర్వాహకశాఖకు పూర్ణమైన యధికారము కలదు.

దేశభాగపరిపాలనములు.

బ్రిటిషు ఇండియాలోనున్న సామ్రాజ్యపరిపాలనము యేకచ్ఛత్ర పాలనమువలెనుండుట తటస్థించదు. ఈరెండవదా

నిలో కేంద్రస్థానిక పరిపాలనములు (Central and Local governments) వేరువేరుగనుండి మొదటిదానికి రెండవది ప్రాప్తిగలోబడియుండును. ఏకచ్ఛత్రపాలనలో రాజనన్నిహితులగు మంత్రులు కేంద్రపరిపాలనము జరుపుచు స్థానికపరిపాలనమును తమ రేర్పరచిన యేజంట్లచేత జరిపించుచుందురు. ఇట్టి విభజన యిండియాదేశములో లేదు. అటులుంకుట తేటస్థపడదు. మనదేశపరిపాలనము అమెరికా సంయుక్తరాష్ట్రములలోగాని జర్మనీసామ్రాజ్య తంత్రములోగానియున్న సంయుక్తరాష్ట్రపరిపాలనమువంటిదికాదు. కొన్ని దేశములు తమపూర్వచారిత్రల ననుసరించిగాని స్వేచ్ఛాపూర్వకమైన యొడంబడికలను బట్టిగాని తమ యన్యోన్యసంరక్షణకై కలసి ఒక సంయుక్తరాష్ట్రదొరతనము నేర్పరుచుకొనవచ్చును. ఇండియాదేశములో నిట్టి దెప్పుడును సంభవించలేదు.

కొన్ని రాజ్యములలో సంయుక్త రాష్ట్రాధికారులకు యీయబడని హక్కులన్నియు రాష్ట్రముల కీయబడినట్లెంచబడును. మఱికొన్ని రాజ్యములలో రాష్ట్రములను కొన్ని హక్కులను మాత్రమీయబడి తక్కిన హక్కులన్నియు సంయుక్త రాష్ట్రాధికారుల కేయున్నట్లుయెంచబడును. ఇండియా దేశములో నుండవలసిన చట్టముల నేర్పాటుచేయుటకు సంపూర్ణస్వాతంత్ర్యము బ్రిటిషుపార్లమెంటు వారియందున్నపుడును, ఇండియా

లోనుండు చట్టనిర్మాణశాఖలకు యిక్కడి కార్యనిర్వాహక శాఖోద్యోగియులు జవాబుదారులుగ నుండవలసిన విధిలేనపుడును, సంయుక్తరాష్ట్ర లక్షణములేవియు యిక్కడ కనుపించనేరవు. ఈదేశములో సంపూర్ణ రాజ్యాధికారము యెవరియందును లేదు. ఇదిగాకసంయుక్తరాష్ట్రములలో వ్రాతమూలమైన నిబంధన యొకటియుండి సంయుక్తరాష్ట్ర ప్రభుత్వమునకును రాష్ట్రీయ ప్రభుత్వములకును యేయేయధికారము లుండవలయునో దానిలో స్పష్టముగ వివరింపబడియుండును. ఆనిబంధనలలో మార్పులు చేయవలెనన్న దానితోకొన్ని అసాధారణ పద్ధతులు చెప్పబడియుండును. ఈదేశమందలి కార్యనిర్వాహకములో సెక్రటరీఆఫుస్టేటుగారికిని గవర్నరుజనరల్ గారికిని నిరంకుశాధికార మున్నప్పుడును చట్టనిర్మాణ కార్యనిర్వాహక విషయములన్నిటిలో బ్రిటిషు పార్లమెంటువారికే సంపూర్ణాధికారమున్నప్పుడును సంయుక్తరాష్ట్ర ప్రభుత్వము యీదేశములోనుండు నున్నదును తటస్థించదు.

ఈదేశములో చట్టనిర్మాణ కార్యనిర్వాహకశాఖలలోఅధికారవిభజన కొంతవర కేర్పడియున్నది. ఇప్పుడు అధికారవిభజన కమిటీవారి (Decentralization commission) శిఫారసుల ననుసరించి మరికొంత యధికారవిభజన జరుగనున్నది. అనేకవిషయములలో దేశభాగపరిపాలకులకు (Provincial

3

Governments) స్వతంత్రత కలుగబోవుచున్నది. కొన్ని మిక్కిలి యవసరసమయములలో ఇండియా గవర్నమెంటువారుతమ యధికారమును దేశభాగ పరిపాలకులమీద చెలాయించవచ్చును. ప్రస్తుతము హెూమురూలుబిల్లును బట్టి అయిర్లాండు వారికొసగిన రాజ్యతంత్రమువంటిదే మనకును యేర్పడియున్నది. ఆదేశములో కార్యనిర్వహణాధికారిమంతయు ఆంగ్లేయ రాజుగారియందే యుండును. చట్టనిర్మాణము సామ్రాజ్యనిరాకరణాధికారమునకు (Imperial veto)లోబడియుండవలయును. బ్రిటిషు పార్లమెంటువారు ప్రత్యేకముగ అయిర్లాండునకు వర్తించునటుల చట్టముల నేర్పాటు చేయవచ్చును. అయిర్లాండు కోర్టులతీర్పులమీద యింగ్లాండులోనుండు కోర్టులకు అప్పీలు చేసికొనవచ్చును. కాబట్టి అయిర్లాండు దేశముయొక్క చట్టనిర్మాణ కార్య నిర్వాహక న్యాయాధికారశాఖలు మూడును ఆంగ్లేయ సామ్రాజ్యాధికారమునకు లోబడియుండును. ఈవిధముగనే యిండియాదేశములో చట్టనిర్మాణ కార్యనిర్వాహక శాఖలలో స్వతంత్రతలేదనియు మనకు స్వపరిపాలనలేదనియు చెప్పవచ్చును.

సామ్రాజ్యదేశభాగపరిపాలనముల సంబంధముకూడ పైన చెప్పిన సూత్రముమీదనే యాధారపడియున్నది. ఇండియా గవర్నమెంటువారు అనగా గవర్నరు జనరల్ గారును

వారిసామ్రాజ్య చట్టనిర్మాణ కార్యనిర్వాహక సభలును ఢిల్లీ పట్టణములో నుండును. వీరిక్రింద దేశభాగ పరిపాలనములు పదునైదుకలవు. వీనిలో మద్రాసు, బొంబాయి, బంగాళ రాజధానులకు మూడు గవర్నరు పదవులును బేహారు, సంయుక్త రాష్ట్రములు, పంజాబు, బర్మాలకు నాలుగులెఫ్టనెంటుగవర్నరు పదవులును, మధ్యపరగణాలు, అస్సాము, పశ్చిమోత్తర పరగణాలు, బెలూచిస్థానము మొదలగు నెనిమిది రాష్ట్రములకు ఛీఫుకమిషనరు పదవులును యేర్పడియున్నవి. ఈచివరవానిలో కార్యనిర్వాహక చట్టనిర్మాణ సభలనేర్పరచినయెడల ఛీఫుకమిషనర్లకును లెఫ్టనెంటు గవర్నరులకును అధికారతారతమ్య మేమాత్రమునుండదు.

మద్రాసు, బొంబాయి, బంగాళా గవర్నరులు యిండియా గవర్నమెంటువారికి లోబడియుండవలసినను వీరు వారి యేజంట్లని చెప్పుటకు వలనుపడదు. సామ్రాజ్యపరిపాలకుల క్రింద డైరెక్టుగా నుంచుకొన్న డిపార్టుమెంటులలోతప్ప తక్కినవానిలో గవర్నరులకు పూర్ణస్వాతంత్ర్యము కలదు. కాని యీతక్కినవిషయములలోకూడ యిండియా గవర్నమెంటువారు చట్టములను నిబంధనలను చేయవచ్చును. ఈ దేశవిభాగ పరిపాలకుల చట్టములకు యిండియా గవర్నమెంటువారును సెక్రిటరీఆఫుస్టేటువారును, తమ నిరాకరణాధికార

ము నుపయోగింప వచ్చును.

బొంబాయి, మదాసు, బంగాళా రాజధానులు అయిదుసంవత్సరములకొకసారి యింగ్లాండునుండి బ్రిటిషుగవర్నమెంటు వారిచేత పంపబడు గవర్నరులచే పరిపాలింపబడుచున్నవి. ఈగవర్నరులకు సివిలుసర్వీసులోనుండు యిద్దరు మెంబర్లను ఒకయిండియన్ మెంబరును ఆయనకు తనకార్యనిర్వహణములో సలహానిచ్చుటకు స్క్రెకటరీఆఫుస్టేటుగారి శిఫారసుమీద ఆంగ్లేయరాజు గారేర్పరచెదరు. సామ్రాజ్య కార్యనిర్వాహక సభలోవలెనే యీదేశభాగ కార్యనిర్వాహక సభికులును వేరువేరు డిపార్టుమెంటులకు ముఖ్యాధికారులుగనుందురు. గవర్నరు జనరల్ గారివలెనే గవర్నరుగారును తన కార్యనిర్వాహక మెంబర్లుచేయుపనులకు తాను యంగీకరించకపోవచ్చును. సాధారణముగా మెజారిటీవారి యభిప్రాయము నుబట్టి రాజకార్యములు జరుగుచుండును.

ఈ గవర్నరులు రాజద్రవ్య సంబంధమైన విషయముల లో తప్ప, స్క్రెకటరీ ఆఫు స్టేటుగారితో డైరెక్టుగా ఉత్తరప్రత్యుత్తరములు జరిగించవచ్చును. ఇండియా గవర్నమెంటువారి ఆర్డర్లమీద స్క్రెకటరీ ఆఫుస్టేటుగారికి అప్పీళ్ళుచేసికొనవచ్చును. ఈఅప్పీళ్ళు యిండియా గవర్నమెంటుగుండాగాక డైరెక్టుగానేచేసికొన్నప్పుడు వానికాపీలు యిండియాగవర్నమెంటుకు

పంపించవలయును. రివిన్యూబోర్డు మెంబర్లను చట్టనిర్మాణ సభికులను, ఛీపుయింజనీరు సూపరింటెండింగు యింజనీర్లను, ఫారెస్టు కాన్సర్వేటరు మొదలగు నుద్యోగీయులను యిండియాగవర్నమెంటు వారితో సంబంధము లేకుండగనే గవర్నరులు యేర్పాటుచేసికొనవచ్చును. జిల్లాల రివిన్యూ సెటిల్మెంటులలోకూడ గవర్నరులు తమ యిష్టము వచ్చినటుల చేయవచ్చును,

లెప్టునెంటు గవర్నరుల యధికారములను యిండియాగవర్నమెంటువారు తగ్గించవచ్చును, హెచ్చించ వచ్చును. వీరే రాజుగారియంగీకారమునకు లోబడి లెప్టునెంటు గవర్నరుల నేర్పరచవచ్చును. కాబట్టి రాజధాని గవర్నరులమీదకంటె, లెప్టునెంటు గవర్నరులమీద యిండియాగవర్నమెంటువారు స్వకీయాధికారమును కనపరచుచుందురు. ఛీఫుకమీషనర్లు పరిపాలించు దేశములు అదివరకు కొంతకాలము యిండియా గవర్నమెంటువారి యేలుబడిలోనుండి తరువాత విడదీయబడిన వగుటచే వీరు యిండియా గవర్నమెంటువారికి యేజంట్లుగానుండి, వారి యాజ్ఞలకు బద్ధులై వారివారి దేశములను పరిపాలించుచుందురు. ఇండియా గవర్నమెంటువారి తీర్మానములనుబట్టియే ఛీఫుకమిషనరు పదవు లేర్పాటుకాబడవచ్చును. కాని గవర్నరులు లెప్టునెంటు గవర్నరుల క్రిందనున్న దే

శములను విభజించి ఛీఫ్కమీషనరు పదవులుగామార్చుటకు యిండియాగవర్నమెంటువారి కధికారము లేదు.

VIII.

చట్టనిర్మాణశాఖలు.

కార్యనిర్వాహక శాఖవారికి చట్టనిర్మాణ మెంతమాత్రములేదని యెంచుకొనకూడదు. ప్రతిచట్టము అన్నిస్వల్పవిషయములకు వర్తించునటుల సవిస్తరముగ నుండదు గనుక, దానిలో కార్యనిర్వాహకశాఖవారు తమ కష్టటప్పటికి కావలసిన నిబంధనలు చేసికొనుటకు వారి కధికారమీయబడి యుండును. అట్టియధికారమును పురస్కరించుకొని వా రనేక రూల్సునుచేయుచుండుటచేత కార్యనిర్వాహకశాఖవారు చట్టనిర్మాణమును కొంతవరకు చేయుచున్నారని తెలిసికొనవలయును. పార్లమెంటులను కలిగియున్న యింగ్లాండు మొదలగుదేశములలో చట్టనిర్మాణమును కార్యనిర్వాహక శాఖకే చాలభాగమువదలివేయుచుందురు. అక్కడి మంత్రివర్గము తమకు కావలసిన బిల్లులను తామే తయారుచేసి చట్టనిర్మాణసంఘములో ప్రవేశపెట్టెదరు. దీనిలోనక్కడ కొన్నిమార్పులు జరుగుచుండును గాని పార్లమెంటులో మెజారిటీవారికి నమ్మకముగల మంత్రులు తయారుచేసిన బిల్లులు సాధారణముగా ప్యాసు అగుచుండును. ఈ మంత్రివర్గము ప్రజాప్రతినిధి సంఘమునకును, ప్రజ

లకును జవాబుదారులుగ నున్నంతవరకు యీరెండుఅధికార ములు మంత్రివర్గమం దుండుట వలన నష్టమేమియు నుండదు.

ఇండియా దేశములో చట్టనిర్మాణమంతయు కార్యనిర్వాహక సంఘమందేయున్నదని చెప్పవచ్చును. గవర్నమెంటుఉద్యోగియులు కానివారు కొందరును, జనులచే నెన్నుకొనబడు వారు కొందరును కార్యనిర్వాహక సంఘముతో చేరగా అదియే చట్టనిర్మాణ సంఘమని పిలువ బడుచున్నది. కాబట్టిగవర్నమెంటు ఉద్యోగియులును గవర్నమెంటుచే నియమింపబడిన మెంబర్లును మెజారిటీగా నెల్లపుడు నుండుటబట్టి మనచట్టనిర్మాణమంతయు ప్రజాప్రతినిధుల వలనగాక కార్యనిర్వాహక శాఖలోచేరిన తెల్లదొరల వలననే జరుప బడుచున్నదియని గట్టిగనమ్మవలయును.

మన చట్టనిర్మాణసభలు, కార్యనిర్వాహక శాఖయొక్క కమిటీలని చెప్పవచ్చును. వీనిసలహాలను కార్యనిర్వాహక శాఖవారు తీసికొనుటయు వీనిలో బహిరంగచర్చ జరుగుచుండుటయు మనకు కొంతలాభకరమని యెంచవచ్చును. ఇంగ్లాండులో పార్లమెంటువారి సలహాను తీసికొని కార్యనిర్వాహక శాఖవారే చట్టనిర్మాణముచేయుచున్నను, కార్యనిర్వాహకులగు మంత్రిసంఘమువారే, చట్టనిర్మాణశాఖవలన నేర్పడినవారుగనుక, వారు జనులకు జవాబుదారులుగ నున్నారు. ఇం

డియాదేశములో కార్యనిర్వాహకసంఘమువారు చట్టనిర్మాణ సంఘమున కుత్తరవాదులుగాక, సామ్రాజ్యకార్యనిర్వాహకు లకును, ఆంగ్లేయపార్లమెంటువారికిని జవాబు చెప్పవలసియు న్నారు. ఈకారణముచేతనే లార్డుమార్లేగారు సామ్రాజ్యచట్ట నిర్మాణసభలో నెల్లపుడు గవర్నమెంటుఉద్యోగీయులు మెజారిటీలో నుండవలెననియు మాండలిక చట్టనిర్మాణసభలలో వారు మైనారిటీలో నుండవలెననియు నిబంధనను చేసిరి. ఇంగ్లాండు వలసరాజ్యములలో కార్యనిర్వాహకశాఖవారు చట్టనిర్మాణ శాఖవారికి యెంతలోబడియుందురో, యీదేశములో చట్టని ర్మాణశాఖవారు, కార్యనిర్వాహకశాఖ కంత లోబడియుండ వలెను.

ఇండియా రాజ్యతంత్రము బ్రిటిషు పార్లమెంటువారిచే నేర్పడినదిగనుక దానికిది లొంగియుండవలసినదే. ఇక్కడి కార్యనిర్వాహకశాఖకూడ, బ్రిటిషుప్రభుత్వమునకు లోబడి యుండునుగాని,యిక్కడి చట్టనిర్మాణశాఖకులోబడియుండదు. ఏలయన యీరెండుశాఖలును బ్రిటిషు పార్లమెంటువలననే పుట్టుటచేత దీనికిలోబడియుండకతప్పదు. ఇక్కడి కార్యనిర్వా హక శాఖవారు చట్టనిర్మాణశాఖలో మెజారిటీ మెంబర్లను కలిగియుండుటవలన దీనిని వారు లోబఱచుకొనగలరు. కాబట్టి వెనుక మేము వ్రాసినటుల యీదేశములోని కార్యనిర్వా

హాకశాఖ యిక్కడి జనులకుగాని వీరిప్రతినిధులున్న చట్టనిర్మాణ సంఘములకుగాని జవాబుదారిగా నుండుటకు తగిన యేర్పాటులు యీ రాజ్యతంత్రములో లేవు. ఇక్కడిచట్టనిర్మాణసంఘములు ఆంగ్లేయ పార్లమెంటువలె సంపూర్ణస్వాతంత్ర్యములు కలవికావు. వీనిని స్థాపించిన చట్టములు,ఆంగ్లేయ పార్లమెంటువారివలన యేర్పాటుకాబడుటచేత వానిని యీచట్టనిర్మాణసంఘములు మార్చజాలవు. ఈసంఘముల చట్టములను రద్దుచేయుటకు పార్లమెంటువారి కధికారముకలదు. ఇదిగాక, పార్లమెంటు వారివలన యిక్కడి కార్యనిర్వాహక శాఖకు తమనిబంధనల మూలమున అనేకధికారము లీయబడియున్నవి. ఈయధికారముల నెంతమాత్రము, యిక్కడి చట్టనిర్మాణసభలు సంకుచితపఱచుటకు వలనుపడదు. ఇక్కడిచట్టనిర్మాణసభలలో నెట్టివారు ప్రతినిధులుగ నుండవలయునో యెంతమంది ప్రతినిధు లుండవలయునో వీరి నియామకులెట్టి యోగ్యతలు కలవారుగ నుండవలయునో యీసభలకెంతయధికార ముండవలయునో యీమొదలగు విషయములను గురించి ఆయామండలములకు తగినట్లునిబంధనలను చేయునధికారము యిక్కడి కార్యనిర్వాహక శాఖవారికే పార్లమెంటువారొసంగియున్నారు. ఈనిబంధనలలో నెట్టిమార్పులను చట్టనిర్మాణసంఘమువారు చేయలేరు. ఇక్కడి చట్టనిర్మాణశాఖ

వారిచేత చేయబడుచట్టములు వీరికిచ్చిన యధికారము ననుసరించిచేయబడినవి వానికి ప్రజలు లోబడవలయునా యనువిషయమును గురించి కోర్టులు తీర్పులు చేయుచుండవచ్చును.

పార్లమెంటులో 1861, 1892, 1909 వ సంవత్సరములలో ప్యాసుకాబడిన యిండియాకౌన్సిలు ఆక్టులవలన మన చట్టనిర్మాణసంఘములు క్రమక్రమముగా పెద్దవియై వీని యధికారములుకూడ విస్తరింపచేయబడినవి. 1909 వ సంవత్సరపు చట్టముబట్టి సెక్రటరీ ఆఫుస్టేటువారి యంగీకారముతో యిండియా సామ్రాజ్య పరిపాలకులు, (1) నియామకుల సంఘములు (2) నియామకులకును వీరి ప్రతినిధులకును ఉండవలసిన యోగ్యతలు, (3) వీరి సంఖ్య మొదలగువానిని గురించి అనేక చిక్కులతోగూడిన నిబంధనల నేర్పరచిరి. ఇవి ఆయామండలములకు వేరువేరుగ నుండి అప్పుడప్పుడు మారుచుండవచ్చును గనుక యీగ్రంథాంతమున మనరాజధానికి సంబంధించినంతవరకు ముఖ్యనిబంధనలను తెలియ జేసెదము.

చట్టనిర్మాణ సంఘములలో గవర్నమెంటు ఉద్యోగీయులు (Officials) నిరుద్యోగీయులు (Non-officials) అను రెండుతరగతుల మెంబర్లుందురు. సామ్రాజ్య పరిపాలకులును, మాండలిక పరిపాలకులును, యీరెండుతరగతులనుండి తమ కిష్టులయిన వారిని యేర్పరచుకొనెదరు. ఈచట్టనిర్మాణ సంఘ

ములలో జనులచేత నెన్నుకొనబడు కొందఱు ప్రతినిధులుందు రు. వీరు మాత్రము గవర్నమెంటు ఉద్యోగీయులుగా నుండ కూడదు. నియామక సంఘము లేవియుకూడ గవర్నమెంటు ఉ ద్యోగీయుల నెన్నుకొనఁ కూడదు. కాని అట్టియుద్యోగీయులు నియామకులలో చేరియుండవచ్చును. అన్ని మండలములలో మన మద్రాసురాజధానికి మిక్కిలి తక్కువగను, బంగాళా రా జధానికి మిక్కిలి హెచ్చుగను ప్రజాప్రతినిధు లేర్పడియున్నా రు. సామ్రాజ్యశాసనసభలో మాత్రము గవర్నమెంటు ఉ ద్యోగీయులు మెజారిటీగా నుండవలయును. మాండలిక చట్టని ర్మాణసభలలో, నిబంధనలప్రకారమటు లుండగూడదుగాని, నిజముగా గవర్నమెంటువారి మెజారిటీ యిక్కడకూడ నున్నది గవర్నమెంటువారు యేర్పాటుచేయు మెంబర్లలో కొందరు వారి యుద్యోగీయులు కాకపోయినను, వారివలన యట్టిగౌర వస్థానమును పొందినమెంబర్లు సాధారణముగా గవర్నమెం టువారి తరఫున వోటువేయుచునే యుందురు. గవర్నమెంటు ఉద్యోగీయులు, నిబంధనలలో నేమియు లేనప్పటికి వారితరఫున నే, వోటువేయునాచారము ప్రబలుచున్నది. గవర్నమెంటు ద్యోగీయులును గవర్నమెంటు వారిచే నియమింపబడిన మెం బర్లును కలసినసంఖ్యకంటె ప్రజాప్రతినిధులసంఖ్య మిక్కిలి హెచ్చుగ నున్నపుడేమన నూతనచట్టనిర్మాణ సంఘములు నిజ

మైన ప్రజాప్రతినిధి సంఘము లనిపించుకొనును.

గవర్నమెంటువారు నియమించు మెంబర్లకు నేట్టియో గ్యతలు నుండవలసిన యవసరములేదు. వారికియింగ్లీషుభాషా జ్ఞానము కూడ నుండవక్కరలేదు. వారికిచట్టనిర్మాణ సంఘములో జరుగుచర్య యర్థమగుటకును వారియభిప్రాయములను తక్కిన మెంబర్లు తెలుసుకొనుటకును, నిబంధనలోతగిన యేర్పాటులు చేయబడియున్నవి. ఇన్సాల్వెంటులు కారాగృహనివాసులు మొదలగువారుకూడ మెంబర్లుగ నియమింపబడవచ్చును కాని ప్రజలచేత నెన్నుకొనబడువారు, కొంతఆస్తికలవారును కొంతపన్నునిచ్చువారుగ నుండవలయును.విదేశీయులు స్త్రీలు, పిచ్చివారు, యిన్సాల్వెంటులు, గవర్నమెం టుద్యోగములోనుండిబరతరఫుఅయినవారు, క్రిమినల్ కోర్టులలో శిక్షపడినవారు లాయిర్లు కాకూడదని నిషేధింపబడినవారు గవర్నమెంటువారికి ఈ పదవికి అర్హులు కారని తోచినవారును, ప్రజాప్రతినిధులుగ నుండకూడదు. ప్రతినిధి తన నియామకసంఘములో వోటువేయు నధికారముకలవాడుగ నుండవలయును. ఆయన ముందుగ కొందరి నియామకులచేత రూల్సుప్రకారము నియమించుకొనబడి తరువాత తననియామక సంఘములో మెజారిటీ వోట్లవలన దానిప్రతినిధిగ నెన్నుకొనబడవలయును. మూడుసంవత్సరముల కొకసారి యీయెన్నికలు జరుగును. ప్రతిమెంబరును

తనరాజభక్తిని తెలుపుచు నొక ప్రమాణము చేయవలయును.

ఈ నియామక సంఘములు దేశభాగములనుబట్టి యే ర్పడక వేరువేరు యోగ్యతలుగల కొన్ని జనసంఘములనుండి యేర్పాటగుచున్నవి. మనరాజధానికి సంబంధించిన నిబంధన లు అనుబంధములో వ్రాయబడును. జనులలోనుండు వివిధజా తులు, వేరువేరు వ్యాపారులకుగల స్వప్రయోజనములు, వేరు వేరు దేశభాగములు, వీనికన్నిటికిని ప్రతినిధులు యీచట్టని ర్మాణ సంఘములలో నుండునటుల నిబంధన లేర్పడినవి. ఈని యామక విషయములలో తగవులు తటస్థించినప్పుడు వానిని కార్యనిర్వాహకశాఖవారే తీర్చవలయునుగాని ఇంగ్లాండులో వలె కోర్టుల నధికారము లేదు. ఈనిబంధన లెంతమాత్రము బాగుగ లేవని చదువరులందఱు గ్రహించగలరు. కొన్ని నియా మక సంఘములు మిక్కిలి కొద్దివియైనను ప్రతినిధులను కలిగి యున్నవి. కొన్ని తరగతులవారికి యిద్దరు ముగ్గురు ప్రతినిధు లుండుటయు మరికొన్ని తరగతులకు బొత్తిగ లేకుండుటయు కూడ తటస్థపడుచుండును.

IX

చట్టనిర్మాణ కార్యనిర్వాహక శాఖల యన్యోన్య సంబంధము.

ఈదేశములో చట్టనిర్మాణశాఖలు కార్యనిర్వాహక శాఖలను లోబరచుకొను నుపాయము లేవియులేవు. 1909 వ

సంవత్సరము యిండియాకౌన్సిలు ఆక్టునుబట్టి చట్టనిర్మాణశాఖ లోని మెంబర్లు (1) బడ్జటు చర్చించుటను గురించియు దాని మీద కొన్ని తీర్మానముల నుపపాదించుటను గురించియు (2) కార్యనిర్వాహక శాఖవలన కొన్ని రాచకార్యముల విషయమై తగు సమాధానములను బడయుటకు దానిని ప్రశ్నించుటను గురించియు సామ్రాజ్యపరిపాలకులు కొన్ని నిబంధనలు చేసియున్నారు. కార్యనిర్వాహకశాఖను బలహీనముగ జేయుటవలన రాజ్యపరిపాలన నపాయములోనికి తేకుండ చట్టనిర్మాణశాఖ వానిమీద నెంతయధికారమును చెలాయించఁగలుగునో, అంతయు ఆంగ్లేయరాజ్యతంత్రములో నున్నదని చెప్పవచ్చును. అక్కడి కార్యనిర్వాహకశాఖ బయటకు పార్లమెంటువారి యధికారముక్రింద నుండనట్లే కనుపడునుకాని ఆచరణలో ప్రజాప్రాతినిధ్యముగల యితరదేశములలో లేని అక్కడిపార్లమెంటువారికి కార్యనిర్వాహకులైన మంత్రివర్గముమీద సంపూర్ణాధికారము కలదు. రాజుగారిపేరజరుగు ప్రతికార్యమును మంత్రులగుండా జరుపవలెను. దానికి మంత్రులామోదించినటుల తమశీళ్ళ ప్రతిఆర్డరుమీదను వేయవలెను. ఆశీళ్లు మంత్రుల స్వాధీనములోనే యుండును గనుక అన్నిరాచకార్యములకు వారుబద్ధులుగ నుండక తప్పదు. ఆకార్యములు రాజుగారే చేయించినారనియు, తాముజవాబుదారులుగ నుం

డమనియు, యీమంత్రులు తప్పించుకొనుటకు వలనుపడదు. కార్యనిర్వాహక శాఖవారీవిధముగ జరిగించు పనులన్నియు న్యాయవిధికి లోబడియుండవలెను. ఈదేశములోకూడ కార్య నిర్వాహక శాఖవారు న్యాయవిధి నతిక్రమించకూడదుగాని యిక్కడి చట్టములలో సాధారణముగా నట్లతిక్రమించినవారికి శిక్షనుమాపుచేయు నిబంధనలు చేర్చబడి యుండును. ఇంగ్లాం డులో కార్యనిర్వాహకశాఖవారిని లోబరచుకొనుటకు మరి కొన్ని యుపాయములు కలవు. మంత్రివర్గముమీద దోషారో పణచేసి శిక్షించుట (Right of impeachment) వారికి కా వలసిన సొమ్ము ప్రజాప్రతినిధిసంఘమువారీయక నిరాకరించు ట సేనలను సమకూర్చుకొనుటకు కావలసిన చట్టములను ప్యాసుచేయకుండుట ఈ విధములచేత చట్టనిర్మాణశాఖవా రు కార్యనిర్వాహక శాఖవారిని తను యదుపాజ్ఞలలో నుం చుకొనెదరు. ఇట్టిహక్కులు యిండియాచట్టనిర్మాణశాఖలకు లేవు. ఇవిచేయుతీర్మానములు కార్యనిర్వాహకశాఖవారు కే వలము సలహాలుగ నందుకొనెదరేగాని వానిని పాటింపనవ సరములేదు.

ఇంగ్లాండులోవలెనే యిక్కడకూడ చట్టనిర్మాణసంఘ ములోని మెంబర్లు కార్యనిర్వహణములో కొంత జోక్యము కలుగఁజేసికొనుటకు మూడుమార్గములున్నవి. (1) రాజకీ

యవిషయములను గురించి ప్రశ్నలువేసి జవాబులను పొందుట, తమకు కావలసిన కాగితములను తెప్పించుట (2) ప్రతిడిపార్టుమెంటులోని వ్యవహారములు సరిగా జరుగుచున్నవా లేవాయని తెలిసికొనుటకు సెలెక్టు కమిటీల నేర్పాటుచేయుట. ఈ కమిటీల రిపోర్టులనుబట్టి క్రొత్తచట్టములను ప్రవేశపెట్టుటగాని లేక ఆయాడిపార్టుమెంటులలో కావలసినమార్పులు చేయుటగాని జరుగుచుండును. (3) ఏవిషయములోనైనను తీర్మానముల నుపపాదించుట. ఈమూడుమార్గముల వలనఁ గలుగు యుపయోగములు ఇంగ్లాండులో బాగుగ కనుపడుచున్నవి. అక్కడి పార్లమెంటు స్వయముగ రాజ్యపరిపాలన చేయునప్పటికి పరిపాలకుల నేర్పరిచుకొని, ప్రశ్నలమూలమునను, విమర్శనల మూలమునను వారిమీద పైతనిఖీచేయుచుండును. తనలో మెజారిటీవారు నమ్మకముంచినంతవరకు ఆపరిపాలకులు మారరు. కాబట్టి మంత్రివర్గము, బయటి ప్రజాభిప్రాయమును పార్లమెంటులో తమ పార్టీవారి యభిప్రాయమును, గమనించుచు రాచకార్యములను జరిగించుచుందురు. వారెల్లప్పుడు పార్లమెంటుకుకావలసిన సముజాయిషియును తగుసమాధానములను యిచ్చుటకు సిద్ధముగనుందురు. పార్లమెంటు మెంబర్ల సలహాను తీసికొని తమ కార్యనిర్వాహణములో నుండుతప్పులను సవరించుకొందురు. ముఖ్యవిషయము

ములో, తమకును పార్లమెంటులో మెజారిటీ మెంబర్లకును భేదాభిప్రాయములు కలిగి తమకపజయము కలిగినప్పుడు తప్ప పార్లమెంటు నియమితకాలము వరకు తమ స్థానములనుండివీరు తొలగిపోరు. పట్టుదలవిషయములలో పార్లమెంటు మెంబర్లలో మెజారిటీవారి యభిప్రాయమునకు భిన్నముగను బయటి ప్రజాభిప్రాయము తమ కనుకూలముగను ఉన్నదని మంత్రివర్గము వారు బాగుగ గుర్తెరిగినపుడు తమ రాజుగారిచేత పార్లమెంటును ఛిద్రము చేయించగలరు. పార్లమెంటులోనుండు రెండవ కక్షివారు యీమంత్రివర్గమువా రేవిధముగ నైనను అపజయము పొందవలెనని అనేక విషయములలో వారిని చిక్కు ప్రశ్నలు వేయుచు వారి తప్పులను బయలుపెట్టుచు బయటి ప్రజలకు వీరియందయిష్టము కలుగునటుల సర్వవిధముల ప్రయత్నించు చుందురు. అట్లుచేయుట వీరికి విధియైకూడ నున్నది.

ఇండియా దేశములో కార్యనిర్వాహక శాసననిర్మాణ శాఖల కిట్టి యన్యోన్యసంబంధము లేదు. ఇక్కడి చట్టనిర్మాణ శాఖలు దేశమును పరిపాలించుటయు లేదు; పాలకుల నేర్పరచుటయు లేదు. మండల పరిపాలనలలో కూడ కార్యనిర్వాహక శాఖ, చట్టనిర్మాణశాఖకు లొంగిపోకుండ తగిన యుపాయములు యేర్పడియున్నవి. సామ్రాజ్య చట్టనిర్మాణసభలో

కార్యనిర్వాహకుల కెప్పుడు నపజయము తటస్థించకుండ వీరు తమ యుద్యోగీయులే మెజారిటీగా నుండునటుల చేసియున్నారు. కాబట్టి యిక్కడి చట్టనిర్మాణశాఖలు పైతనిఖీచేయుచునట్టి సలహాలను మాత్రమే యిచ్చుచుందురు. గవర్నమెంటు వారిని నిర్బంధపరచుటకు తగిన మార్గములు లేనేలేవు. గనుక అట్టి సలహాలను వారు నిరాకరించ వచ్చును. ఈహేతువును బట్టియే పోయిన నాలుగైదు సంవత్సరములనుండి జనుల స్వాజ స్వాతంత్ర్య హక్కులకు భంగకరమైనట్టియు యింగ్లాండులో లేనట్టియు అనేక చట్టములను యిక్కడి కార్యనిర్వాహకశాఖవారు తమచట్టనిర్మాణశాఖవారిచే ప్యాసుచేయించి తమయధికారమును మిక్కిలి బలపరచుకొనుచున్నారు.

X

న్యాయాధికారశాఖ.

ఆంగ్లేయ రాజ్యతంత్రములో నీశాఖ కార్యనిర్వాహకశాఖలోనే చేరియున్నది గనుక యిదికూడ చట్టనిర్మాణశాఖకు లోబడియున్నదని తెలిసికొన వలయును. అక్కడి న్యాయాధికారులు తక్కిన రాజకీయోద్యోగుల వలె కార్యనిర్వాహకశాఖచే నియమింప బడుచున్నను దానికి లోబడక ఖాయప్రు పదవులను గలిగి పార్లమెంటులోనుండు రెండుసంఘముల మెజారిటీ వోట్లవలనగాని తీసివేయబడకూడదు.

బ్రిటిషు వలసరాజ్యము లందును, యిండియా దేశమందును చట్టనిర్మాణ శాఖలు పైవారి యాజ్ఞలకు లోబడి చట్టములను నిర్ణయించునవగుటచేత యిక్కడి కోర్టులు ఆచట్టములను వ్యాఖ్యానము చేయుటయేగాక వానిని నిర్మించు నధికారము యిక్కడి చట్టనిర్మాణశాఖలకు కలదా యను నంశమును గూడ విచారింపవలయును. కాబట్టి యీదేశములోనుండు న్యాయాధికారశాఖ చట్టనిర్మాణకార్యనిర్వాహక శాఖల రెంటికిని లోబడియుండదు.

ఇక్కడి హైకోర్టు జడ్జీలను యింగ్లాండు రాజుగారు యిండియా గవర్నమెంటు వారి సలహాను తీసికొని యేర్పాటు చేయుచుందురు. వీరు, ఆయన పలననేగాని తీసివేయబడరు. ఈజడ్జీలును, వీరిక్రింది జడ్జీలును, చట్టములను బట్టియు దేశాచారములను బట్టియు తీర్పులుచేయుచుందురు హిందువులు, క్రిష్టియనులు, మహమ్మదీయులు మొదలగు వివిధ జాతులకు వారివారి పూర్వన్యాయ శాస్త్రములు ప్రకృతాచార వ్యవహారముల ననుసరించి న్యాయము నొసంగుచుందురు. వీరి తీర్పులమీాద పదివేల రూపాయల కిమ్మతుకు లోబడని కేసులలో యింగ్లాండులో నుండు ప్రీవీకౌన్సిలువారికి అప్పీలు చేసికొనవచ్చును. క్రింది జడ్జీలను యిక్కడి కార్యనిర్వాహక శాఖవారే యేర్పరచెదరు. వీరు, హైకోర్టువారికి లోబడియుండిన

ను వీరి యభివృద్ధి కార్యనిర్వాహక శాఖవారిచేతిలోనే యున్నది. వీరిలో క్రిమినల్ వ్యవహారములను జూచు మేజస్ట్రీటుల తీర్పులమీద హైకోర్టుకు అప్పీళ్లును, రివిజను పిటీషనలున్నను వీరిలో ననేకులు జిల్లా మేజస్ట్రీటులక్రింద యుండుటచేత కొందరు కార్యనిర్వాహక శాఖోద్యోగీయులు అనవసరముగ జోక్యము కలుగఁజేసికొని వీరిని స్వతంత్రించి తీర్పులు చెప్పనీయక పోవుట సంభవించుచున్నది. కాబట్టి కార్యనిర్వాహక న్యాయాధికారశాఖకు సంబంధము లేకుండ చేయుట మిక్కిలి యవసరమని ముప్పది సంవత్సరములనుండి రాజకీయాందోళనము జరుగుచున్నది.

గవర్నరులు, గవర్నరు జనరల్ గారు మాత్రము హైకోర్టువారికి శివిల్ క్రిమినల్ అధికారములకు లోబడరు. వారుచేయు బాకీలకుగాని నేరములకుగాని అర్రెస్టు చేయబడకూడదు. ఈహక్కులే హైకోర్టుజడ్జీలుకూడ కలిగియున్నారు. వీరెవరైనను అక్రమపు పనులు జరిగించిన యెడల యింగ్లాండులోనుండు హైకోర్టువారు వీరిని విచారించెదరు. వీరిమీదరాబడు సాక్ష్యమంతయు యీదేశములోనే తీసికొని యింగ్లాండుకు పంపబడును.

XI.

రాజస్వము.

ఈదేశములో నన్ని బాపతులవలన వచ్చు రివిన్యూ సుమారు నూటముప్పదికోట్ల రూపాయలు. ఈరాబడియంతయు

ఆంగ్లేయ రాజుగారి పేరుమీదనే యిక్కడి సామ్రాజ్య ప్రభుత్వమువారు వసూలుపరచి 1833, 1888 సంవత్సరముల యిండియా కౌన్సిలు చట్టములకు లోబడి ఖర్చు చేయుచుందురు మాండలిక ప్రభుత్వములకు యీవిషయమున నేవిధమైన యధికారము చట్టముల మూలమున నియబడలేదు. సామ్రాజ్య మాండలిక పరిపాలకులు చేసికొను యేర్పాటుల ననుసరించి మొత్తము రివిన్యూలో కొంతభాగము మాండలిక పరిపాలకుల చేతులలోనికి వచ్చుచుండును.

ఇండియాదేశ పరిపాలనమునకు కావలసినఖర్చు కొంత యింగ్లాండులోను కొంత యిక్కడను అగుచుండును. ఇంగ్లాండులోనగు ఖర్చు సెక్రిటరీ ఆఫు స్టేటుగారి యొక్కయు వారి యాలోచన సభయొక్కయు ఉత్తరువులనుబట్టి జరుగుచుండును. ఇండియాలోనగు ఖర్చు సెక్రటరీ ఆఫుస్టేటుగారి యామోదమును బడసి, సామ్రాజ్య పరిపాలకుల యుత్తరువులను బట్టి చేయబడుచుండును. నెలకు రు 250 ల జీతముగల యుద్యోగమును, సెక్రటరీ ఆఫుస్టేటుగారి యనుమతిలేకుండ గవర్నరుజనరల్‌గారు నూతనముగ యేర్పరచుటకు వీలులేదు. ఇండియాలో చేయవలసిన ఖర్చులకు సెక్రిటరీ ఆఫుస్టేటుగారి యనుమతిని పొందుట యవసరమైనను, పరిపాలనా సౌకర్యమునకు అటులు మామూలుగ జరుగుచుండుటలేదు. సామ్రా

జ్య పరిపాలకులు యీవిషయములో తమకుగల యధికారము లో కొంత భాగము మాండలిక పరిపాలకుల కిచ్చి యున్నారు. కాబట్టి దేశములోనుండి వచ్చు రివిన్యూ యంతయు ఖర్చు చేయుటకు ముప్పురధికారు లున్నారు. ఇండియా పరిపాలనకు యింగ్లాండులో నగుఖర్చులకు సెక్రటరీ ఆఫుస్టేటుగారు జవాబుదారుడుగ నుండును. ఇండియా గవర్నమెంటువారు సామ్రాజ్య పరిపాలనకు కావలసిన ఖర్చులన్నియు తామేచేయుచు మాండలిక పరిపాలకుల మీద పైతనిఖీ చేయుచుందురు. మాండలిక పరిపాలకులు తమరు చేయుఖర్చులకు జవాబుదారీ వహించుచు సామ్రాజ్య పరిపాలకులకును యిండియా సెక్రటరీగారికిని లోబడియుందురు.

ఉప్పు, సుంకములు, ఆబుకారీ, భూమిశిస్తు స్టాంపులు, రిజిస్ట్రేషను, నల్లమందు, స్వదేశ రాజులిచ్చు కప్పములు, ఈ మొదలగు వానివలన దేశాదాయము వచ్చుచుండును. ఇందులో సుమారు సగమునంతు భూమిశిస్తు. ఈపన్ను చట్టములవలన నేర్పడక, ప్రతిముప్పదిసంవత్సరములకు గవర్నమెంటువారి వలన వృద్ధిచేయబడుచున్నది. బంగాళములో మాత్రము శాశ్వతముగా సెటిల్మెంటు యేర్పడియున్నది. ఈభూమిశిస్తు తక్కిన పన్నులతోపాటు నొకపన్నుగాభావించనందున దీనిని తగ్గించుటకు, సాంవత్సరిక బడ్జెటులో

యేర్పాటుచేయుటకు వలనుపడదు. కాబట్టి యీభూమిశిస్తు తప్ప తక్కిన పన్నులన్నియు చట్టనిర్మాణసభలో వోట్లమీద స్థిరపడుచుండును. ఈపన్నులను ఖర్చుచేయు విషయములో చట్టనిర్మాణసభల కేవిధమైన సంబంధములేదు. పన్నులను విధించు, ఖర్చుచేయు నధికారములు మనప్రజాప్రతినిధులకు లేనంతవరకు మనకు సంపూర్ణ రాజకీయ స్వాతంత్ర్యములు లేవని స్పష్టముగ నమ్మవలయును.

సామ్రాజ్య పరిపాలకులక్రిందనుండు డిపార్టుమెంటుల లోని రాబడియంతయు వారే తీసికొని ఖర్చుచేయుచుందురు. నల్లమందు, ఉప్పు, సుంకములు, టంకశాలలు, రైల్వేలు, పోస్టు, టెలిగ్రాములు, స్వదేశ రాజులిచ్చుకప్పములు యీమొదలగువానివలన వచ్చు రాబడి సామ్రాజ్యపరిపాలకుల స్వాధీనమందేయుండును. అడవులు, న్యాయాధికారము, పోలీసు, విద్య, వైద్యము, జయిళ్ళు, రిజస్ట్రేషను మొదలగు వానివలన వచ్చుఆదాయము దీనివ్యయము మాండలిక పరిపాలకుల చేతులలోనే యుండును. భూమిశిస్తు, ఆబుకారీ, స్టాంపులు మొదలగు వానివలన వచ్చు ఆదాయము సామ్రాజ్య పరిపాలకులును మాండలిక పరిపాలకులును చెరిసగముగా పంచుకొనెదరు. మాండలిక పరిపాలకులు అప్పులు చేయుటకు వలనుపడదు. వారిఆదాయవ్యయముల పట్టీని సామ్రాజ్యపరిపాలకుల యంగీ

కారమునకు ప్రతి సంవత్సరము చట్టనిర్మాణసభలో చర్చించుటకు ముందుగానే పంపుచుండవలయును.

ఈదేశములో నుండు చట్టనిర్మాణశాఖలు కార్యనిర్వాహక శాఖవారిచేత తయారుచేయబడిన ఆదాయవ్యయముల పట్టీని త్రోసివేయుటకు అధికారములేదు. కార్యనిర్వాహక శాఖవారు వారి సలహాను తీసికొని ఆబడ్జటులో తమకుతోచిన మార్పులను చేయవచ్చును. చట్టనిర్మాణశాఖల యనుమతి లేనిదే, క్రొత్తపన్నులను విధించఁగూడదని యొకయాచారము యేర్పడియున్నది. చిత్తుబడ్జటులో ఒక పన్నును తీసివేయవలెననిగాని, విధించవలెననిగాని, నూతనముగ అప్పుచేయవలెననిగాని, మాండలిక పరిపాలకులకు మఱికొంత ద్రవ్యమీయవలెననిగాని చట్టనిర్మాణసంఘములోని మెంబర్ల తీర్మానముల నుపపాదింపవచ్చును. ఈతీర్మానములు ప్యాసుఅయినను, కాక పోయినను, వీనిప్రకారము నడుచుకొనవలెననే నిర్బంధము కార్యనిర్వాహక శాఖవారికిలేదు. మాండలికఆదాయ వ్యయముల పట్టీలను సామ్రాజ్య బడ్జటులోచేర్చబడి ప్యాసుకాబడిన గాని, అవి యమలులోనికి రానేరవు.

XII.
స్వదేశ రాష్ట్రములు.

ఈ రాష్ట్రములు బ్రిటిషు యిండియాలో చేరనప్పటికి

మన యాంగ్లేయ ప్రభువులకు లోబడి యుండవలెను. పరరాష్ట్రములతో డైరెక్టుగా నెట్టి సంబంధమును పెట్టుకొనజాలవు. వీని పక్షమున కూడ మన బ్రిటిషు సామ్రాజ్యాధికారులే విదేశీయ వ్యవహారములలో పనిచేయుదురు. ఈరాష్ట్రప్రజలకు పరదేశములలో ఇబ్బందులు తటస్థించినయెడల, బ్రిటిషు ప్రభుత్వమువారే వానిని నివారణ చేయవలయును. వీరు తమరాష్ట్రములను వదలి బ్రిటిషు యిండియాలో కాపుర ము న్నపుడు, వీరికి బ్రిటిషుచట్టములే వర్తించును.

యీరాష్ట్రముల యంతఃపరిపాలనతో, బ్రిటిషుగవర్నమెంటు వారు సాధారణముగా నెట్టి సంబంధమును కలుగఁజేసికొనరు. రాష్ట్రపరిపాలనము బొత్తిగ బాగుండక ప్రజాపీడనము కలిగినపుడు గాని, బ్రిటిషు ప్రభుత్వమునకు ద్రోహముచేయునపుడుగాని, దేశమరాజకమగునపుడుగాని, బ్రిటిషుగవర్నమెంటు వారు జోక్యముకలుగఁజేసికొనుచుందురు. సుమారు 175 రాష్ట్రములు సామ్రాజ్య పరిపాలకులయొక్కయు సుమారు 600 చిన్నరాష్ట్రములు ఆయా మాండలిక ప్రభుత్వముల యొక్కయు పైతనిఖీకి లోబడియున్నవి. కాబట్టి రాష్ట్రాధిపత్యము కొంతవరకారాష్ట్రాధిపతులకును కొంతవరకు బ్రిటిషువారికిని కలదని చెప్పవచ్చును. ఎంతెంతవరకు యీ యుభయులకున్నది. వీరిమధ్య నేర్పడిన సంధులనుబట్టియు ఆచా

రమును బట్టియు తెలిసికొనవలసి యుండును. కొందఱు రాష్ట్రాధిపతులు తమ పేరుమీద నాణెములను వేసుకొనవచ్చును. తమకు తోచినట్లుగ పన్నులను విధించ వచ్చును. బ్రిటిషుగవర్నమెంటువారికి అప్పీలు లేకుండ ఉరిశిక్షనుకూడ విధించవచ్చును.

ఈ రాష్ట్రము లన్నిటిలో చట్టనిర్మాణకార్యనిర్వాహక న్యాయాధికారము లన్నియు, వీనిని పాలించు రాజులయందే యున్నవి. వీరుతమ పరిపాలనకు బ్రిటిషు గవర్నమెంటు వారికి జవాబుదారులైయున్నను తమ ప్రజలకుమాత్రము ఉత్తరవాదులుగ నుండవలసిన నిమిత్తము లేదు. వీరిదివానులయొక్కయు ఆలోచనసభల మెంబర్లయొక్కయు అధికారములు తమరాజుగారి యంగీకారమున్నంతవరకే సాగును. ఈ రాష్ట్రములకు రాజకీయనిబంధనలనునవి నేమియు నేర్పడక రాజులు తమ ప్రజలమీద నిరంకుశాధికారముకలిగియున్నారు. వీరిమీద పైతనికీచేయుటకు నామమాత్రము ఒకరెసిడెంటును గవర్నమెంటువారు కొన్ని రాష్ట్రములలో నేర్పరచియున్నారు.

ఈ రాష్ట్రములలో, మంచిపరిపాలన జరుగగలందులకు బ్రిటిషుగవర్నమెంటువారు యెంతవరకు జోక్యము కలుగజేసికొనవలెనో, వీనిలో ప్రజాప్రాతినిధ్యమును వృద్ధిపరచి రా

జుల నిరంకుశాధికారమునకు మేరలెట్లు ఏర్పడవలెనో యీ సమస్యలను విడగొట్టుటకు సాధనము లేవియైనయున్నవా? జర్మనీసామ్రాజ్యతంత్రములో వలెనే, బ్రిటిషు యిండియాప్రతినిధులును యీరాష్ట్రముల ప్రతినిధులునుకలసి రాజకీయ వ్యవహారముల నాలోచించుటకు సామ్రాజ్యచట్టనిర్మాణ సంఘములో నొకశాఖ నేర్పరచిన బాగుండునని నాకు తోచుచున్నది.

ఆస్ట్రియాహంగెరీరాజ్యతంత్రము.

ఆస్ట్రియాయును, హంగెరీయును, విడివిడి రాజ్యము లైనను, ఒకచక్రవర్తిపరిపాలన క్రిందనేయుండుటచేత, సంయుక్తరాష్ట్ర నిబంధనయొకటియేర్పడి యీ రెండురాజ్యములకును ఒకవిచిత్రమైన సంబంధముకలదు. ఈసంబంధము తెలుసుకొనవలెనన్న యీరెండురాష్ట్రముల రాజ్యతంత్రములను వేరుగ పరిశీలించవలయును.

I

ఆస్ట్రియా రాజ్యతంత్రము.

ఈరాష్ట్రము 17 రాష్ట్రములుగా విభజించబడి, వేరువేరు భాషలతో మాటలాడు వేరువేరుజాతులను కలిగియున్నది. ప్రథమమున నీరాజ్యమునకు పార్లమెంటు యేర్పడినప్పుడు, మెంబర్లచేత ప్రమాణము చేయించుటలో నెనిమిది భాషలుపయోగించ వలసివచ్చెను. ఈభాషలుగాక యింక ననేక యుపభాషలు వాడుకలోనున్నవి. ఈదేశములో నివసించు జాతులలో అయిదు ముఖ్యమైనవి. (1) జర్మనులు 90 లక్షలు (2) జెక్కు 60 లక్షలు (3) పోలులు 40 లక్షలు (4) రుతీనియనులు 40 లక్షలు (5) స్లోవీనియనులు 20 లక్షలు, వీరుగాక

యిటాలియనులు 7 లక్షలు క్రోజొలుసర్వులు 7 లక్షలు రొమేనియనులు 3 లక్షలు, తక్కినవారు 5 లక్షలు.

ఆస్ట్రియావారికిని, ప్రష్యావారికిని యుద్ధము ముగిసిన తర్వాత, అనగా 1867వ సంవత్సరాంతమున యేడుచట్టములు గల ఒక నిబంధన పార్లమెంటువారివలన యేర్పడినది. ఈనిబంధనను, పార్లమెంటులోనుండి రెండుసంఘములలో రెండువంతుల మెంబర్ల యంగీకారము లేనిది, యేవిధముగను మార్చుటకు వలనుపడదు.

కార్యనిర్వాహకశాఖ.

ఈరాజ్యములో చక్రవర్తికి వంశపారంపర్యపుహక్కు కలదు. కాని యాయనవంశములో పురుషసంతతిలేనప్పుడు మాత్రమే స్త్రీలకును వారిసంతతివారికిని రాజ్యాధిపత్యము వచ్చును. ఇతర నిబంధనానుకూల రాజ్యములోవలెనే, యీ దేశపు చక్రవర్తిగారు బిల్లులకు తనయంగీకారము నీయనియెడల అవిచట్టములుగ మారనేరవు. విదేశీయులతో సంధులను చేసికొనుట, చట్టముల ననుసరించి యుత్తరవులనిచ్చుట, పెద్ద యుద్యోగీయుల నియమించుట, ప్రభుసంఘములో నూతన ప్రభువుల నేర్పాటుచేయుట, నేరస్థులను క్షమించుట, యుద్ధము నాపివేయుట, చట్టనిర్మాణసభలను కూర్చుట, ఛిద్రముచేయుట కొంతకాలమువఱకు వానిని నిలిపివేయుట, ఈ

మొదలగు నధికారములు చక్రవర్తికి గలవు. ఈయన మంత్రులు ప్రజలకుత్తరవాదులగుటకై యీయన ఆర్డర్లమీద మంత్రులలో నొకరైనను దస్కతుచేయవలయును. చట్టములనన్నిటిని నమలులో పెట్టకుండ నిలిపి వేయుటకును, పార్లమెంటు కూడనిసమయములో చక్రవర్తిగారి కీయబడిన యధికారములనుబట్టి చేయు ఆర్డర్లకును అందరి మంత్రుల దస్కతులు నుండవలెను. అనుభవమునుబట్టి యోచించినయెడల, యీమంత్రులు చక్రవర్తిగారి తాబేదారులేకాని పార్లమెంటువారి నౌకర్లుకారు. కాబట్టి చక్రవర్తిగారు, తనయిష్టప్రకారము పనులను జరిగించుకొనగలడు. జర్మనీలోకంటె, నీదేశములో పార్లమెంటువారి యధికారము బయటకు నెక్కువగ కనుపడుచున్నను, నిజముగాఆస్ట్రియా చక్రవర్తిగారికి జర్మనీ చక్రవర్తిగారికున్నంత నిరంకుశాధికారము కలదు.

మంత్రివర్గమువారు పార్లమెంటువారి రెండుసభలలోను, వీనికమిటీలలోను ఉపన్యసించవచ్చును. ఈదేశములో గవర్నమెంటు ఉద్యోగస్థులు చాలభాగము జర్మనులు. ఈయుద్యోగస్థులు, దేశచట్టములక్రింద అప్పుడప్పుడు యేర్పాటుచేయబడు నిబంధనలనుబట్టి నిరంకుశాధికారమును చెలాయించెదరు. జనులు తమ యిష్టానుసారముగ బహిరంగముగా కూడవచ్చునని చట్టమున్నప్పటికి గవర్నమెంటు ఉద్యోగస్థుని సర్టిఫికేటు లేనిది

అట్లుకూడుటకువలనుపడదు. ఆమీటింగుచేయువారియుద్దేశము న్యాయశాస్త్రమునకు విరోధమనిగాని రాష్ట్రమునకు అపాయకరమనిగాని ఆయన యెంచినయెడల అట్టిమీటింగు నాపివేయును. ప్రతిసంఘముయొక్క మీటింగులు వీనిలో జరుగు చర్యలనుగురించి రిపోర్టులు, నిబంధనలు సంఘమువా రప్పటప్పటికి తామే యెన్నుకొనుచుండు యుద్యోగీయులపేర్లు నూతనముగ ప్రవేశించు మెంబర్లపేర్లు యీవిషయములను గురించి ప్రతిసంఘము సర్కారు ఉద్యోగస్థులకు తెలుపుచుండవలయును. రాజకీయవిషయములను చర్చించుటకు యేర్పడిన సంఘములు ఒండొంటితో ఉత్తరం ప్రత్యుత్తరములను జరుపకూడదు. వీనిమీటింగులలో పోలీసువారుండి, ప్రథమమున ఆయా సంఘములేర్పర్చుకొన్న నిబంధనలకు వ్యతిరేకముగ మాటలాడుచున్నయెడల ఆమీటింగులను ఛిద్రముచేయవచ్చును. ఏసంఘములోను చేరనివారు పబ్లీకుమీటింగులు చేయుటకు వలనుపడదు.

లైసెన్సులేకుండ అచ్చుపనిజరుగకూడదు ప్రచురపరచకమునుపు పోలీసువారికి ప్రతి పత్రికయుచూపించవలెను. పత్రికల నచ్చొత్తించువారందరు కొంతసొమ్ము ముందుగా గవర్నమెంటుకు దాఖలుచేసికొనవలెను. ఈసొమ్ములోనుండి వారిమీద నప్పుడప్పుడు విధించు జుల్మానాలను తగ్గించుకొ

నుచుండవచ్చును. వార్తాపత్రికలలో నచ్చుపడుచుండు వ్యాసములను, కొంతవరకు దిద్దవలసినదనియు కొంతతగ్గించవలసినదనియు పోలీసువారు పత్రికాధిపతులకు తెలియజేయుచుందురు. వారియాజ్ఞప్రకారము పత్రికాధిపతులు నడుచుకొనవలయును. పోలీసువారి యధికార మపరిమితము గనుక, ప్రతిమనిషియు తాము ఫలానవాడననియు తనకుగౌరవమైన జీవనము కలదనియు ఒకఉద్యోగస్థుని సర్టిఫికేటును జేబులో నుంచుకొనియే బయలుదేరుచుండును.

ఈపోలీసు యుద్యోగస్థులు మొదలగువారివలన కలుగు యిబ్బందులను, వీరిచర్యలను విచారించునిమిత్తము మామూలుకోర్టులకంటె భిన్నమైన మరికొన్ని కోర్టులు యేర్పడియున్నవి. ఈరెండుతరగతుల కోర్టులకు భేదాభిప్రాయములు కలిగినప్పుడు ఆఖరుతీర్పులచు చెప్పుటకు ఒకపెద్దకోర్టుగలదు. దీనిలోని న్యాయాధిపతులు తమజీవితకాలమువరకు తీసివేయబడరు. వీరియధ్యక్షుని చక్రవర్తిగారే నియమించెదరు. తక్కిన 12గురు జడ్జిలలో పార్లమెంటులో ఒకసభవారు తయారుచేసిన జాబితాలోనుండి రెండవసభవారు యెన్నుకొనెదరు. కాని చట్టములవలన సర్కారుఉద్యోగస్థులకీయబడిన యధికారములను యీకోర్టువారయినను తగ్గించలేరు.

శాసననిర్మాణశాఖ (రీచిస్ట్రాతు)

ఈదేశపు పార్లమెంటు రీచిస్ట్రాతని పిలువబడును. దీనిలో రెండుసంఘములుండును. మొదటిదైన ప్రభుసంఘములో రాజబంధువులు, గొప్పభూస్వాములు, మతగురువులు, మొదలగువారుందురు. వీరిలోకొంతవరకు వంశపారంపర్యపు హక్కును మరికొందఱకు జీవితకాలపు హక్కులును కలవు. మంత్రులు తమకుకావలసినచట్టములను ప్యాసుచేసికొనుటకు చక్రవర్తిగారిచేత నూతనప్రభువుల నేర్పాటు జేయించుకొనుట యాచారమయియున్నది. పార్లమెంటులో రెండుసంఘములకు సమానహక్కులనే కలిగియున్నవిగాని బడ్జటును క్రొత్తగసిపాయికొలువుకు కావలసిన జనసంఖ్యను నిర్ధారణచేయు బిల్లులనుమాత్రము ప్రజాప్రతినిధి సంఘమునుండియే బయలుదేరి ప్రభుసంఘమువారిచే ప్యాసుకాబడవలయును. మంత్రివర్గముమీద పార్లమెంటువారికి యెట్టియధికారములేనందున వారు దీని తీర్మానములను నిర్లక్ష్యముచేయుదురు.

పార్లమెంటులో రెండవసభయైన ప్రజాప్రతినిధి సంఘములో మెంబర్లు ఆఱుసంవత్సరములకొకసారి ప్రజలచే నెన్నుకొనబడుదురు. ఈసంఘములో 25 మెంబర్లుందురు. దేశములో భిన్నజాతులుండుటవలన నియామకులందఱు అయిదు తరగతులుగా విభజింపబడుదురు. (1) పెద్దభూస్వాములు (2) నగర

ములు (3) వాణిజ్య సంఘములు (4) పల్లెటూళ్ల సంఘములు, (5) నూతనముగ బయలుదేరుచున్న మధ్యగకపు జనులు. ఈ తరగతు లయిదింటికి ప్రజాప్రతినిధి సంఘములో మెంబర్ల నేర్పాటు చేసికొనుటకు ప్రతిరాష్ట్రము జిల్లాలుగ విభజింపబడినది. నగరములు వాణిజ్యసంఘములుగాక తమ ప్రతినిధుల నేర్పాటు చేసికొనుటకు ప్రతితరగతివారును వారిలోవారే కూడవలయును. కాని ఒక తరగతిలో మరియొక తరగతి కూడగూడదు. నియామకుల కేర్పడిన ప్రతిజిల్లాయును ఒక ప్రతినిధినే యేరు కొనవలయును. పెద్దభూస్వాములుమాత్రము బొహీమియా గాలీసియా రాష్ట్రములలో తప్ప తమ ప్రతినిధులందఱిని ఒకసమయమందే ఒక సారియే యెన్నుకొనెదరు. చెల్లించుచున్న పన్నులనుబట్టియు జనసంఖ్యనుబట్టియు ఆయా రాష్ట్రములను బట్టియు, పెద్దభూస్వాములకు 85 నగరములకు 118 వాణిజ్య సంఘములకు 21 గ్రామసంఘములకు 129 మధ్యతరగతిజనులకు 72 మెంబర్లు యేర్పాటుచేయబడిరి. పెద్దభూస్వాములలో స్త్రీలకుకూడ వోటువేయునధికారముకలదు. గ్రామసంఘముల తరపున గ్రామస్థులు స్వయముగా వోటువేయరు. అయిదు వందలజనులు ఒకనియామకుని యేర్పరచుకొనవలయును. ఈ నియామకులందఱును కలసి ఆయాజిల్లాలకు ప్రతినిధుల నేర్పాటు చేసికొనెదరు. ప్రతినిధికి కావలసినయోగ్యత యేతరగతి

లోని నియామకునికి సరిపోయినను చాలును.

సంవత్సరమున కొకసారియైనను చక్రవర్తిగారు పార్లమెంటును కూడునటుల చేయవలయును. దీనిలో నేసంఘమైనను తీర్మానములను విన్నపములనుజేయవచ్చును. కమిటీల నేర్పాటుచేయవచ్చును. మంత్రులను ప్రతివిషయమును గురించి ప్రశ్నించవచ్చును. వారిమీద దోషారోపణ చేయవచ్చును. చట్టనిర్మాణము పన్నులనువిధించుట పన్నులనువృద్ధిచేయవలసివచ్చుసంధులనువిదేశీయులతో చేయుట యీ మొదలగు విషయములలో నీరెండుసంఘముల యంగీకారముకావలసినదే. బడ్జటు నూతనసిపాయిల సంఖ్యవిషయములలో మాత్రము యీసంఘములకు తగవులు తేగనియెడల తక్కువ మొత్తము నేకసంఖ్యను ఒప్పుకొన్నదని తీర్మానము ప్రకారము పని జరుగుచుండవలయును.

ప్రతిరాష్ట్రమునకును వేరుగ నొకచట్టనిర్మాణసంఘముకలదు. దీనికి డయ్యటు అనిపేరు. సంయుక్తరాష్ట్రనిబంధన రీచిష్ట్రాతుకీయబడని యధికారములన్నియు యీడయ్యట్లు కీయబడినటుల స్పష్టముగ చెప్పుచున్నది. కాబట్టి ఆస్ట్రియారాజ్యము బయటకు యేకరాజాధిపత్యముక్రిందనున్నటుల కనపడుచున్నను నిజముగ సంయుక్తరాష్ట్రమనియే యెంచవలయును. రీచిష్ట్రాతునకీయబడిన యధికారములే మెండుగను

న్న విగనుక డయ్యెట్లకుగల యధికారములను పేర్కొనుట సులభము. రీచిస్ట్రాతుకు సంబంధపడక డయ్యెట్లకు—స్థానిక ప్రభుత్వము, వ్యవసాయము విద్యాధర్మాదాయములు స్వల్పపన్నులు, డయ్యెట్లలో మార్పులు, రాష్ట్రీయుల స్వంతఆస్తి—యీవిషయంబులలో పూర్ణాధికారముగలదు. రీచిస్ట్రాతు వారు చేయునిబంధనల ననుసరించి, దేవాలయములు, ప్రైమరీపాఠశాలలు మొదలగు వానినిగురించి డయ్యెట్లచట్టములను చేసికొనవచ్చును.

ప్రతిడయ్యెట్లకు 6సంవత్సరములకొకసారి పైన తెలియజేసిన తరగతులనుబట్టియే ప్రతినిధు లేర్పడుదురు. ఈప్రజాప్రతినిధి సంఘముగాక వేరుగ ప్రభుసంఘము దీనిలో లేదు. ఈడయ్యెట్లలో మెంబర్లసంఖ్య 241 మొదలు 20మందివరకు మారుచున్నది. ఈడయ్యెట్లు ఒండొంటితో నుత్తరప్రత్యుత్తరములు జరుపుకొనుటకు వలనుపడదు. వీనితీర్మానములకు చక్రవర్తియంగీకారముండవలయును. వీనిప్రెసిడెంట్లను, ఆయనే నియమించును. ఆయనేవీనిని ఛిద్రముచేయగలుగును. ఈచిన్న రాష్ట్రములలో కార్యనిర్వాహకశాఖలు డయ్యెట్లకు లోబడక సంయుక్తరాష్ట్ర కార్యనిర్వాహకశాఖలో భాగములుండును. పెద్దశాఖలో వారందఱు చక్రవర్తిగారిచేత నియమింపబడుదురు. ప్రతిరాష్ట్రములోనుండు కార్యనిర్వాహకాధికారము,

ఒకకమిటీగా నేర్పడి దానియధ్యక్షుడు చక్రవర్తిగారిచేతను మెంబర్లలో కొందరు డయ్యటుచేతను, కొందరు పైనచెప్పిన తరగతుల నియామకులచేతను నెన్నుకొనబడుదురు.

II

హంగెరీరాజ్యము

ఈరాజ్యముయొక్క యెల్లలు ఆస్ట్రియారాజ్యమువలె గాక గతయెనిమిది శతాబ్దములనుండియు విస్తారముగమారలేదు. ఇంతకాలము గతించినను ఈరాజ్యములోనుండు వివిధజాతులు, ఆస్ట్రియారాజ్యములోవలెనే వేరువేరుగనుండి మిళితముకాకపోవుట మిగులనాశ్చర్యకరము. ఈరాజ్యములో ముఖ్యముగ నాలుగుజాతులుకలవు. వీరిమజియారులు, శ్లావులు, జర్మనులు, రొమానియనులు, మొదటినుండియు నివసించుచున్నవారు, రొమానియనులు శ్లావులు తిరిగి స్లోవేనియనులు క్రోటులు సెర్వులు అని మూడుశాఖలుగనున్నారు. రోముసామ్రాజ్యము ప్రక్కలైనప్పుడు జర్మనులు యీదేశములో ప్రవేశించి యిప్పుడు ముఖ్యపట్టణములలో నున్నారు. మజియారులు మొత్తప్రజసంఖ్యలో తక్కువమందియైనను యీజాతులన్నిటికంటె నెక్కువసంఖ్య గలవారును ధనవంతులును బలవంతులునుగనున్నారు. తొమ్మిదవశతాబ్దానంతరమునుండియు వీరు రాజ్యముచేయుచు, రాజ్యముతమదేయని యిప్ప

టికిని యెంచుకొనుచున్నారు. వీరు మొదట అనార్యులైనతురానియనులుగనుండి తరువాత క్రీస్తుమతమునవలంబించిరి. ఈ మజియార్లు ప్రథమమున ఆసియాఖండవాసులగుటచే నితరటోపీజాతులను తమలో కలుపుకొనక పోయినప్పటికి తమస్వాతంత్రమునకై తమచుట్టునుండు దేశములవారి, సహాయమును కోరకయేతమస్వశక్తినే యుపయోగించుకొనిరి. ఈకారణమునుబట్టియే వీరిలో నైకమత్యము దేశాభిమానము లభివృద్ధిలోనున్నవి.

ఈదేశమునకు తూర్పునయున్న ఐరోపా టర్కీవలన యుపద్రవములు సంభవించుచుండుటనుబట్టి 1526వ సంవత్సరములో ఆస్ట్రియాచక్రవర్తిగారిని యీదేశమునకుకూడ రాజుగ నుంచుకొనవలసివచ్చినది. ఈయుపాయము గడచినతరువాత ఆస్ట్రియాచక్రవర్తులు యీరాజ్యమును తమయిచ్చకువచ్చినట్లు యేలవలయునని యెంతప్రయత్నించినను కొనసాగలేదు. తుదకు 1867వ సంవత్సరములో నీరాజ్యమునకు వేరుగ నొకపార్లమెంటును, మంత్రివర్గమునుయేర్పాటుచేసి, యీదేశపుప్రజల పూర్వచట్టములనే అమలులో పెట్టుటకు సమ్మతించి, ఆస్ట్రియా చక్రవర్తి యీదేశములో ముఖ్యపట్టణమైన బూడాపెస్తునందు తిరిగి పట్టాభిషిక్తుడాయెను. ఆస్ట్రియా చక్రవర్తి హంగెరీదేశమునకు రాజుగానుండి దేశ

ములో నేర్పడు చట్టములకు బద్ధుడై నడుచుకొనునటుల ప్రమాణము చేయవలెను. ఈయనజరిగించు ప్రతిరాచకార్యమునకును బూడాపెస్తులోనుండు మంత్రులలో నొకరైనను దీనికి జవాబుదారుడుగానుండి రాజుగారు దస్కతు చేసిన ప్రతి కాగితముమీదను తానుకూడదస్కతు పెట్టవలెను. రాజుగారు తన మంత్రివర్గముగుండ హాంగెరీదేశస్థులకే ముఖ్యోద్యోగియుల నేర్పరుచును. చట్టములనుబట్టి రాజనిబంధనల నేర్పాటుచేయును. జనులస్వాతంత్ర్యమునకును ఆస్తికిని సంబాధపడు నిబంధనలుమాత్రము తక్కిన చట్టములవలెనే పార్లమెంటువారి యంగీకారమును బడయవలయును. రాజుగారు పార్లమెంటును సంవత్సరమునకొకసారియైనను పిలువనంపవలయును. ఆయన దానిని మరియొకదినమునకు నిలిపివేయవచ్చును. ప్రధానమంత్రి యీపార్లమెంటుకు ప్రెసిడెంటుగనుండి తక్కినమంత్రులను తానేయేర్పర్చుకొనును.

పార్లమెంటులో రెండుసంఘములుండును. సంవత్సరమునకు సుమారు ఆఱువేలరూపాయల భూమిశిస్తునిచ్చే వంశపారంపర్యపు హక్కులుగల ప్రభువులును, మతగురువులును యింకనుమరికొందఱు జీవితకాలపు మెంబర్లునుచేరి శిష్టసభగా నేర్పడుచును. ఈసభ (Table of Magnates) అని పిలువబడును. ఈసభలో ప్రభువులు ఇంగ్లాండులో ప్రభుసంఘమువలె

గాక రెండవసభ యైన ప్రజాప్రతినిధిసంఘములో ప్రజలచేత మెంబర్లుగా నెన్నుకొనబడవచ్చును. దీనిని (Table of Deputies) అని పిలచెదరు. ఈసంఘములో 453 గ్గురు మెంబర్లుందురు. వీరిలో నలుబదిమెంబర్లు (క్రోషియారాష్ట్ర) పార్లమెంటువారివలన యెన్నుకొనబడెదరు. బూడాపెస్తులోనుండు హంగెరీపార్లమెంటుతో సంబంధము లేకుండ (క్రోషియారాష్ట్ర) పార్లమెంటువారు అనేకవిషయములలో చట్టనిర్మాణ కార్యనిర్వాహకాధికారములు కలిగియున్నారు. కాబట్టి క్రోషియాప్రతినిధులుగాక, తక్కిన 413 గ్గురు మెంబర్లుమాత్రమే కలసి హంగెరీరాజ్యమునకు మాత్రమే సంబంధించువిషయములను చర్చించెదరు. క్రోషియాప్రతినిధులతో కలసి, వారు రాజ్యమంతకును సంబంధించిన విషయములను చర్చించెదరు. ఈ ప్రజాప్రతినిధిసంఘములోని మెంబర్లు అయిదుసంవత్సరముల కొకసారి, తిరిగి ప్రజలచేత నెన్నుకొనబడవలయును. మజియారులు మొత్తము జనసంఖ్యలో సగముకంటెతక్కువగనున్నను ప్రభుత్వమంతయు తమ స్వాధీనములో నుంచుకొనియున్నారు. క్రోషియావారి నలువదిమెంబర్లను సుమారు మరియొక యిరువది మెంబర్లను తప్ప, తక్కిన మెంబర్లందరు మజియారులే. హంగెరీదేశము, మొదటినుండియు తమ దేశమేయని వీరుగట్టిగ నమ్ముచున్నారు. తక్కిన జాతులనన్నిటిని తమలో కలుపుకొనుటకు

ప్రయత్నించుచున్నారు. ఈయుద్దేశముతోనే తమ మాజియారుభాషను, విశ్వవిద్యాలయములలోను, పాఠశాలలలోను కాలేజీలలోను, నిర్బంధముగ చదివించుచున్నారు. కచ్చేరీలలోను, కోర్టులలోను, విద్యాలయములలోను, యీభాషనే అన్ని వ్యవహారములలో నుపయోగించవలెను. క్రోషియారాష్ట్రము మాత్రము యీనిబంధనలకు లోంగక సైన్యము, వాణిజ్యము పన్నులుగాక తక్కినవిషయములలో స్వతంత్రాధికారము కలిగియున్నది. పైమూడువిషయములుమాత్రముహంగెరీపార్లమెంటువారికిని, వారిమంత్రివర్గమునకును, వదలివేయబడుచున్నవి. ఈమంత్రివర్గములో క్రోషియారాష్ట్రముతో సంబంధించిన విషయములను చర్చించుటకు వేరుగనొక మంత్రియుండును. క్రోషియాలో క్రోషియాభాషతోనే రాచకార్యములు నడచును. ఈక్రోషియానుండివచ్చిన మెంబర్లు హంగెరీపార్లమెంటులో క్రోషియాభాషనే యుపయోగించవచ్చును. క్రోషియారాష్ట్రమునకు వేరుగనొక పార్లమెంటుకూడకలదు. విద్య, పోలీసు, న్యాయాధికారము, సివిలు క్రిమినల్ చట్టములు,—యీమొదలగువిషయములన్నియు క్రోషియా ప్రభుత్వమువారికే వదలివేయబడుచున్నవి. కానియీరాష్ట్రపార్లమెంటు ప్యాసుచేయు చట్టములును, నిబంధనలును, ఆస్ట్రియా, హంగెరీరాజుగారి యంగీకారములేనిదే, అమలులోనికి రానేరవు. రాజు

గారియొక్క అధికారము లన్నియు బూడాపెస్టులోనున్నహం
గెరీ రాజ్యమంత్రివర్గమువారి చేతులలోనే యున్నవి. క్రోషి
యాపార్లమెంటు ఒకసంఘముగానే యున్నదిగాని దీనిలో రెం
డుసంఘములులేవు. ఈరాష్ట్ర కార్యనిర్వాహకశాఖకు హం
గెరీమంత్రిగారు శిఫారసుచేసినవారిని రాజుగారుప్రెసిడెంటుగా
నేర్పరచును. క్రోషియాతరపున యీమంత్రిగారే రాజుగారుద
స్కతుచేసిన కాగితములమీద తానును దస్కతుచేయవల
యును. ఈక్రోషియా పార్లమెంటువారికి పన్నులను విధించు
నధికారము లేదు. రాజ్యమందంతటను హంగెరీపార్లమెంటు
వారె పన్నుల నేర్పాటుచేసి వారిమంత్రివర్గముచేతనే వసూ
లుచేసి క్రోషియారాష్ట్రములో వచ్చిన నికరాదాయములో
మూడుపాళ్లు ఆరాష్ట్రపార్లమెంటువారికీయబడును. క్రోటులు
స్లావులు, రొమానియనులు, దేశములోనికి తండతండములుగా
వచ్చి తమ్మును ముంచివేయుదురను భీతిచేత, మజియార్లం
దఱు ఒకపార్టీగా నేర్పడి, చిక్కుసమయములలో అయికమ
త్యముతో రాజుగారికి సహాయముచేయుచు ఆయనమంత్రివ
ర్గమును నిలువబెట్టుదురు.

ఆస్ట్రియా హంగెరీ సమగ్రరాజ్యాధికారము.

ఈ రెండురాజ్యముల అన్యోన్యసంబంధమునకు నల
యుచట్టములు వానివానిపార్లమెంటులవలన నియమితకాల

మునకు ప్యాసుచేయబడుచుండును. ఈచట్టములో నేట్టిమార్పు లు చేయవలెనన్నను, ఉభయరాజ్యముల పార్లమెంటులయొక్కయు, రాజుగారియొక్కయు, అంగీకారముండవలయును. ఈ రాజ్యములకు ముఖ్యబంధము రాజుగారే. ఈయన మొదట ఆస్ట్రియారాజ్యమునకు వియనాపట్టణములో చక్రవర్తిగా పట్టాభిషిక్తుడై, హంగెరీరాజ్యమునకు, బూడాపెస్తులో రాజుగా పట్టాభిషిక్తుడుకావలెను. ఈరెండు బిరుదులను యీయన యెల్లప్పుడు వహించవలయును. ఆస్ట్రియారాజ్యచట్టముల ప్రకారము యెవరుచక్రవర్తిగానుండవలయునో, ఆయనే హంగెరీరాజ్యమునకు రాజుగనుండవలయును. ఈయన ఒకరాజ్యమును వదలివేసి రెండవదానికి అధిపతిగనుండకూడదు. ఈచక్రవర్తి రాజుగారు ఉభయరాజ్యసేనలకు ముఖ్యసేనాధిపతిగ నుండును ఈరెండురాజ్యములకు సంబంధించినవిషయములలో జోక్యముకలుగఁజేసికొనును. జాయంటుమంత్రులను నియమించుచు ఉభయరాజ్యముల పార్లమెంటులు ప్యాసుచేసినచట్టములకు తనయంగీకారము నొసంగుచుండును.

ఈరెండురాజ్యముల పార్లమెంటులు కలసి వేరుగ నొకజాయంటుపార్లమెంటును, కొన్నిముఖ్యాంశముల నాలోచించుటకు యేర్పాటుచేయుచుండును. ఆస్ట్రియాచట్టనిర్మాణశాఖలో ప్రజాప్రతినిధిసంఘమునుండి నలువదిమెంబర్లును, శిష్టస

భనుండి యిరువదిమెంబర్లను, యీవిధముగనే, హంగెరీచట్టని ర్మాణశాఖలోనుండి అరువదిమెంబర్లను కలసి, జాయంటుపార్లమెంటుగఁ నేర్పడుదురు. వీరందఱు వారి చట్టనిర్మాణ శాఖలవలన ప్రతిసంవత్సరము యెన్నుకొనబడుదురు. చక్రవర్తిగారుయీపార్లమెంటును సంవత్సరమున కొకసారియైనను కలసికొనునటుల చేయవలయును. ఈపార్లమెంటు ఒకసారి వియనాలోను, రెండవసారి బూడాపెస్తులోను కలియుచుండవలయును. మొదటిపట్టణములోకలిసినపుడు జర్మనీభాషతోను, రెండవపట్టణంబులో కలిసినపుడు మజియార్భాషతోను,మెంబర్లు చర్చింతురు. ఒక్కవిషయములోతప్ప యీరెండుపార్లమెంటుల ప్రతినిధులు విడివిడిగా ప్రతివిషయమునుచర్చించి వోటు వేయుదురు. అటుల రెండుసారులు వోటువేసినపుడు, యేకాభిప్రాయమునకు రానియెడల, మూడవసారి యీప్రతినిధులందఱు కలసి యేవిధమయిన చర్చయు లేకుండగనే, వోట్లువేసికొనెదరు. మెజారిటీవారి యభిప్రాయము ప్రకారము పనిజరుగుచుండును. ఈజాయంటు పార్లమెంటుకు హంగెరీపార్లమెంటువారు తమప్రతినిధులను నియమించుటలో క్రోషియా రాష్ట్రిమెంబర్లచేత శిష్టసభలో నొకమెంబరును ప్రజాప్రతినిధిసంఘమునుండి నలుగురు మెంబర్లను ఎన్నుకొనునట్లుచేయును. ఈజాయంటు పార్లమెంటులో హంగెరీవారి ప్రతినిధులకే మొ

క్కువపలుకుబడియుండును. దీనికికారణమేమన, హంగేరీ పార్లమెంటుయొక్క రెండుసంఘములలో మజియారులు సగముమెంబర్లకంటె నెక్కువగనుండుటచేత వీరందఱుఐకమత్యముతో వోటువేయుదురు. ఆస్ట్రియాపార్లమెంటులో భిన్నభిన్నజాతులవారనేకులుండుటవలన వేరువేరు పార్టీలేర్పడి జాయంటుపార్లమెంటులో ఒకేవిధముగ వోటువేయుట తటస్థించదు.

ఈజాయంటు పార్లమెంటువారికి శాసననిర్మాణాధికారము లేదు. ఉభయరాజ్యముల పరిపాలనకు కావలసిన సొమ్ము నిర్ధారణచేయుట వివిధరాజ్యాంగములమీద పైతనిఖీచేయుట మాత్రమే దీనియధికారములు. విదేశీయులతో సంబంధించిన వ్యవహారములు యీజాయంటు పార్లమెంటువారు విచారించెదరుగాని సంధులనుగురించి పార్లమెంటులే తీర్మానము చేయవలయును. జాయంటుపార్లమెంటు సేనలకు సంబంధించిన విషయములకు విచారింపగలిగినను పటాలములలో నూతనముగ సిపాయీల నెంతమందిని చేర్చికొనవలసినది, నిర్బంధకొలువు యెంతవరకుండవలసినది, పార్లమెంటులు వేరువేరుగనే తీర్మానములు చేసికొనెదరు. రెండుపార్లమెంటులు, తమకెంతసొమ్ము అప్పుకావలయునో తీర్మానించినతరువాత జాయంటు పార్లమెంటువారు యేయే షరతులతో అప్పుచేయవలసినది, దానిని యెట్లు తీర్చవలసినది యెట్లు ఉపయోగించవలసినది, రెండు

రాజ్యముల జాయంటుఖర్చులకుగాను యెంతెంతభాగము విని యోగపరచవలసినది ఆలోచించెదరు. కాబట్టి యీసంయుక్త రాష్ట్రములో రెండుచట్టనిర్మాణశాఖలు వేరువేరుగ పూర్ణాధి కారముకలవై కార్యనిర్వాహణముమాత్రము కొంతవరకు జా యంటుగా జరుపబడుచున్నది.

ఈజాయంటు పార్లమెంటువారు లెఖ్ఖలను తనిఖీచే యుదురు. పిటీషనులను విచారించెదరు. జాయంటుమంత్రుల రిపోర్టులను పరిశీలించి వారిని అనేకవిషయములలో ప్రశ్నించు చుందురుగాని యీమంత్రులు మాత్రము యింగ్లాండులోవలె గాక యీపార్లమెంటువారికి ఉత్తరవాదులుకారు. విదేశీయు లతో జరుగు వ్యవహారములకు ఒకమంత్రియు, యుద్ధసంబంధ మైన విషయములకు ఒకమంత్రియు ఆదాయవ్యయముల సం గతి నాలోచించుటకు ఒకమంత్రియు, నేర్పడియుందురు. పర రాజులతో, ఆస్ట్రియాపార్లమెంటుగాని, హంగెరీపార్లమెంటు గాని, వేరువేరుగ నుత్తరప్రత్యుత్తరములు జరిగించకూడదు. ఈజాయంటుమంత్రులు యీరెండురాజ్యమంత్రులతో నాలో చనచేయుచుందురు.

ఈరెండు రాజ్యములకును కావలసిన మొత్తపుజాయం టుఖర్చులలోనుండి జాయంటు ఆదాయమును తగ్గించి మిగిలిన సొమ్ములో నూటికి రెండువంతున హంగెరీవారు భరించి తక్కి

నసామ్యంలో హంగెరీవారు నూటికి ముప్పదివంతునను, ఆస్ట్రియావారు డెబ్బదివంతునను భరించునటుల ప్రస్తుతనిబంధనల వలన యేర్పడియున్నది. సుంకములు, వాణిజ్యము, రైలురోడ్డులు, పోస్టుటెలిగ్రాఫులు, మొదలగు విషయములలో ఉభయరాజ్యములవారును విడివిడిగ చట్టముల నేర్పాటుచేసికొని వానిప్రకారము నియమితకాలమువరకు ఒడంబడికలను చేసికొనుచుందురు.

బోస్నియా, హెర్జిగోవినాయను రెండు రాష్ట్రములు టర్కీవారి స్వాధీనములోనుండి తీసికొనబడినవి. కాని యివి యీసంయుక్తరాష్ట్ర రాజ్యతంత్రములో చేర్చబడక సంయుక్త రాష్ట్రోద్యోగీయులచేత పరిపాలింపబడుచు పైతనిఖీమాత్రము ఆస్ట్రియాహంగెరీ పార్లమెంటులయందుండును.

పైనవ్రాయబడిన సంగతులనుబట్టి ఆస్ట్రియాహంగెరీల రాజ్యాంగతంత్రము విచిత్రముగ కనుపించకమానదు. ఈరెండుదేశములు అన్యోన్యప్రేమవలనగాని, మాతృదేశభక్తివలనగాని ఒండొంటితోచేరలేదు. కేవలము ఆత్మరక్షణకే యిట్లు చేరినవి. జర్మనీ యిటలీ దేశములలో సరిసమానముగనుండి యూరపుఖండములో యుద్ధము సంప్రాప్తమైనప్పుడు వానికి సహాయముచేయుటకు ఆస్ట్రియావారు హంగెరీని కలుపుకొనకుండ తగుసహాయముచేయలేరు. తాను చిన్నరాజ్యమై ఒం

టరిగనున్న యెడల తనలోనున్న జర్మనులు యిటాలియనులతో నిండిన రాష్ట్రములు తన్నుత్యజించి జర్మని యిటలీరాజ్యములతో చేరిపోవును. కాబట్టి హంగెరీవారిసైన్యము యీ ఆస్ట్రియాదేశమునకు బహుముఖ్యము. ఆస్ట్రియావారి సహాయము లేనియెడల హంగెరీలోనుండు మజియారులురషియావారిచేతిలోగాని స్లావోనియనుల చేతులలోగాని పడిపోయి తమస్వాతంత్ర్యములను పోగొట్టుకొనెదరు. కాబట్టి జాయింటుసైన్యము నేర్పాటుచేసికొనుటకును విదేశీయులతో రాచకార్యములను జరుపుకొనుటకును, ఉమ్మడిసుంకములను విధించుటకునుమాత్రమే సంయుక్తరాష్ట్రాధికార మేర్పరుచుకొని తక్కినయన్నివిషయములలో యేరాజ్యమారాజ్యమే స్వతంత్రించి పనిచేయుచుండును.

ఈరాజ్యతంత్రములో ముఖ్యముగ రెండుసంగతులు గమనించవలెను. (1) హంగెరీవారు, జాయింటుఖర్చులక్రింద నూటికి 32 వంతున యిచ్చి నూటికి 41 వంతునసేనలను సప్లయిచేసి సంయుక్తరాష్ట్రములో సగమువంతు అధికారమును కలిగియున్నారు. అనుభవములో నింతకంటె నెక్కువ యధికారమునే చెలాయించుచున్నారు (2) ఈరాజ్యాంతరతంత్రము మిక్కిలిగ చిక్కులతో నిండియుండుటచేత యెక్కువజాగరూకత తెలివితేటలు యిచ్చిపుచ్చుకోలుమొదలగు సద్గుణములు

రాష్ట్రాధికారులకుండవలయును. ఏవిషయమైనను పరిష్కరించుటకు రాజ్యాంగములో దేనికిని సంపూర్ణాధికారములేదు. ఈరెండురాజ్యములపార్లమెంటులు తమజాయింటు పార్లమెంటుగుండా యేదియో నొకవిధముగ రాజీనామాలు చేసికొనుచునే యుండవలెను. నిజమైన యధికారమంతయు యీరాజ్యముల విడి విడి పార్లమెంటులోనేయున్నది.

జర్మనీసామ్రాజ్యతంత్రము-హిందూదేశము

ఆంగ్లేయ ప్రభుత్వముక్రింద ముందెన్నడైన హిందూదేశమునందేర్పడినచో అమెరికా సంయుక్తరాష్ట్ర రాజ్యతంత్రమువంటి దేర్పడవచ్చునని కొందఱు చెప్పుచున్నారు. కాని హిందూదేశమునందాంగ్లేయచక్రవర్తిగారి ప్రతినిధిచేత పరిపాలింపబడునవి మాత్రమేగాక, సంపూర్ణస్వాతంత్ర్యము లేని రాజులును, నవాబులును పాలించు రాష్ట్రములుకూడగలవు. వీనికని ఢిల్లీలో సామ్రాజ్యశాసననిర్మాణసభలో ప్రతినిధులుండవలసివచ్చును. చాలకాలమువఱకు నీస్వదేశరాజ్యములన్నియు, ప్రజాస్వామికపాలనము క్రిందకురాక, రాష్ట్రాధిపతుల క్రిందనేయుండ దటస్థింపవచ్చును. ఇందుచే, బ్రిటిష్ ఇండియాలో ప్రజాస్వామికమును, స్వదేశరాజ్యముల ప్రాతినిధ్యమును సమ్మేళనముచేసి, ఇండియా సంయుక్తరాష్ట్రమునకు ఆంగ్లేయ చక్రవర్తిగారే ప్రెసిడెంటుగనుండి రాజ్యతంత్రము నేర్పఱచవచ్చును. అప్పుడది అమెరికాసంయుక్తరాష్ట్రములకంటె జర్మనీరాజ్యతంత్రమును బోలియుండును.

సంయుక్తరాష్ట్ర ప్రభుత్వమునగా రాష్ట్రములకుగల సంపూర్ణస్వాతంత్ర్యములోకొంతభాగము సంయుక్తరాష్ట్ర

ప్రభుత్వమున కీయబడుననియు నీరెండవదాని యధికారములు దీనియుద్యోగీయులవలననే జరుపబడుననియు అమెరికా సంయుక్తరాష్ట్ర రాజ్యతంత్రమును జదివినవారికి దెలిసినవిషయమే కాని జర్మనీ సంయుక్తరాష్ట్రరాజ్యతంత్రములో నిటులుండుట కువీలులేదు. జర్మనీసంయుక్త రాష్ట్రాధికారులకు అమెరికాలో వారికంటె శాసననిర్మాణాధికారము మిక్కిలి హెచ్చుగను కార్యనిర్వాహకాధికారము మిక్కిలి తక్కువగను ఉండును. జర్మనీలో చట్టములు నిబంధనలు మున్నగునవి రాష్ట్రముల యుద్యోగస్థులవలననే అమలులోనుంచబడవలయును. ఈవిషయమై పైతనిఖీమాత్రము సంయుక్తరాష్ట్రాధికారులకుగలదు. వీరిచట్టముల నేరాష్ట్రముగాని అమలులోబెట్టనియెడల సంయుక్తరాష్ట్రమునకు వేఱుగనుద్యోగస్థులు లేకపోవుటచేతనారాష్ట్రముమీద దండెత్తి దానిచేత నేపనిని నెరవేర్చుకొనవలయును. కాని యిట్టిచిక్కులెన్నటికిని జర్మనీదేశములో దటస్థించవు. ఏలయన నీదేశపుచక్రవర్తి ప్రష్యారాష్ట్రమునకురాజు. ఈప్రష్యారాష్ట్రము తక్కిన తనసోదరరాష్ట్రము లన్నిటిలోనుండు దానికంటె నెక్కువవైశాల్యమును జనసంఖ్యయుగలది. కాబట్టి తక్కినరాష్ట్రములన్నియు దీనినిజయించలేవు. కావున ప్రష్యారాష్ట్రమునకే రాజ్యతంత్రములో నెక్కువబలముగలదు. ఈవిధముగనే యిండియాసామ్రాజ్యశాసననిర్మాణసభలో బ్రి

టిషు ఇండియాలోనుండి ఆంగ్లేయచక్రవర్తిపంపు ప్రతినిధులే యెక్కువగనుండుట తటస్థించును. కాబట్టి స్వదేశప్రభువులకంతగా దానిలో పలుకుబడియుండనేరదు.

అమెరికాసంయుక్తరాష్ట్రములో నన్నిరాష్ట్రములకు సమానహక్కులున్నవి. జర్మనీ సామ్రాజ్యతంత్రములో రాష్ట్రములకూటమి ఒకసింహము కొన్నిగుంటనక్కలు, కొన్నిచుంచులు చేరి యేర్పరుచుకొన్న సంఘములవలెనుండును. జర్మనీలో ప్రష్యారాష్ట్రమే తక్కినతనతోడిరాష్ట్రముల సలహాతోడను, సహాయముతోడను రాజ్యముచేయుచున్నదని చెప్పవచ్చును. తనరాజే జర్మనీసంయుక్తరాష్ట్రమునకు చక్రవర్తిగానుండవలయును. సంయుక్తరాష్ట్రనిబంధనలో మార్పులను శాసననిర్మాణసంఘములో నొకశాఖయగు ప్రజాప్రతినిధిసంఘమువారు (Reichstag) అంగీకరించినను రెండవశాఖయగు శిష్టసభవారు (Bundesrath) తమలో పదునాలుగు వోట్లచేతనవి రద్దుపఱచవచ్చును. ఈశిష్టసభలో ప్రష్యారాష్ట్రమునకు పదునేడువోట్లుండుటవలన జర్మనీసంయుక్తరాష్ట్రనిబంధనలో నెట్టిమార్పులు నెన్నటికిని దానియిష్టములేకుండ జరుగనేరవు. కాబట్టి దానికి సంపూర్ణమైన నిరాకరణాధికారముకలదు. పటాలములు నావికాబలము పన్నులు వీనిలో నెట్టిమార్పులుచేయవలెనన్నను ప్రష్యారాష్ట్రముయొక్క యిష్టములేని

దే అవి జయప్రదముగ జరుగుటకు వీలులేదు. శిష్టసభలో (Bundesrath) రాష్ట్రములన్నియు రెండుసమానకక్షులుగా వ్రోట్లువేసినపుడు ప్రష్యారాష్ట్రమొకవోటు నధికముగానిచ్చుటకు అధికారముకలదు. ఈశాఖయొక్క కమిటీలకు అధ్యక్షుల నేర్పరచునధికారముకూడ ప్రష్యారాష్ట్రమునకేకలదు.

అన్నిరాష్ట్రములలోను నిర్బంధపు సిపాయికొలువు ఎవరికినితప్పదు. కాని సేనలకుసంబంధించుచట్టములు నిబంధనలు సంయుక్తరాష్ట్రమువారే యేర్పరచవలయును. సేనాధిపత్యము చక్రవర్తిగారిదే. ఈయన యాజ్ఞలనుమీరి యేరాష్ట్రపు సేనయు నడువగూడదు. ఈసేనలకు ముఖ్యోద్యోగియులను చక్రవర్తిగారే యేర్పరచెదరు. కాబట్టి యీరాష్ట్రములలోనున్న సేనలన్నియు ప్రష్యారాష్ట్రసేనలలో భాగములనే చెప్పవచ్చును. కొన్నిరాష్ట్రములు తమకు సంయుక్తరాష్ట్రనిబంధనలవలన గలిగిన యధికారమును ప్రష్యారాజుగారికి నిచ్చివేసినవి. వీనిలో వాల్డెక్కు అనురాష్ట్రముయొక్క రాజు తనహక్కులన్నిటిని ప్రష్యారాజునకుఅమ్మివేసి తాను కొంతవేతనముతీసికొని విదేశములలోతిరుగుచున్నాడు. ఈసంయుక్తరాష్ట్రసంఘములోచేరినందుకు బవేరియా, ఉట్టెంబర్గు, బేడెన్ అను రాష్ట్రములకు కొన్ని యెక్కువహక్కులీయబడినవి.

ప్రజాప్రతినిధిసంఘము. (రీచిస్టాగు.)

అయిదుసంవత్సరములకొకసారి జర్మనీ సామ్రాజ్యములోనుండు జనులందఱు రహస్యముగ వోట్లువేసి తమప్రతినిధుల నెన్నుకొనెదరు. ఈనియామకు లిరువదియైదు సంవత్సరములలోపు వయస్సుగలవారుగగాని కడుబీదలుగగాని సైనికులుగగాని కొన్ని నేరములు చేసినవారుగగాని యుండకూడదు. సామ్రాజ్యనిబంధనలవలన నేర్పడిన జిల్లాలనుండి ప్రతినిధులెన్నుకొనబడెదరు. మొదట లక్షజనులుగల ప్రదేశ మొకజిల్లాగాఏర్పాటుచేయబడెను. ఇటీవల నీజిల్లాలలో జనసంఖ్య యెన్నివిధములుగ మారినను, జిల్లాలను మార్చనేలేదు. అమెరికా సంయుక్తరాష్ట్రములోవలెనే యేజిల్లాగాని రెండురాష్ట్రములకు జేరియుండగూడదు. కాబట్టి యెంతచిన్నరాష్ట్రమైననుఒకప్రతినిధినిబంపుటకు అధికారముకలిగియున్నది. ప్రష్యా 235 ప్రతినిధులను, బవేరియా 48, సాక్సనీ 23. ఉర్టెంబర్గు 17, ఆల్సేసులోరేన్ 15, బేడన్ 14, హెస్సీ 9, మెక్లెన్బర్గు 6, సాక్సివీమారు 3, ఓల్డెన్బర్గు 3. బ్రన్స్విక్ 3, హాంబర్గు 3, సాక్సిమీనింజన్ 2, సాక్సికోబర్గుగోతా 2, అన్హాల్టు 2, తక్కినరాష్ట్రములన్నియు ఒక్కొక్కమెంబరును తమ ప్రతినిధులుగా ఈసంఘమునకు బంపవచ్చును. ప్రతినిధికి సగముకంటె నెక్కువవోట్లు రావలయును. ఇట్లురానియెడల రెండవసారి బాలటు

మీద నెక్కువ వోట్లువచ్చిన మొదటియిద్దరు ప్రతినిధులకు మాత్రమే బాలటువేసివీరిలో నెక్కువవోట్లువచ్చిన ప్రతినిధిని యెన్నుకొనవలయును.

ఈసంఘము తనప్రెసిడెంటు నెన్నుకొనుటకును, తనకు సంబంధించిన నిబంధనలనేర్పఱచుకొనుటకును, తనప్రతినిధులు సరిగా నెన్నుకొనబడిరాయని చర్చించుటకును పూర్ణాధికారము కలిగియున్నది. ప్రతి సెషనుమొదటను, నీసంఘము యేడుభాగములుగా విభజింపబడును. ఈవివిధభాగములలో నుండు ప్రముఖులందఱు వేరుగ నొకసంఘముగ జేరి, ముఖ్యమగు రాచకార్యములకు గావలసిన కమిటీలను, వానిలో ప్రెసిడెంట్లను మెంబర్లను ఏర్పఱచుకొనెదరు.

ఈసంఘముయొక్క యధికారములు బయటకు గొప్పవిగా కనుపడును. శాసననిర్మాణమునకు దీనియంగీకారము తప్పకకావలెను. బిల్లులను ప్రవేశపెట్టుటకును, కార్యనిర్వాహకశాఖవారినుండి రిపోర్టులను తెప్పించుకొనుటకును, వారిమేనేజిమెంటునుగుఱించి తమ యభిప్రాయమును వెల్లడిచేయుటకును ఈసంఘమువారికి నధికారముకలదు. కాని, నిజముగానిది యింతయధికారము చెలాయించుటలేదు. సంయుక్తరాష్ట్రనిబంధనప్రకారము ప్రతిసంవత్సరము ఆదాయవ్యయములపట్టీని యేర్పాటుచేయవలెనని యున్నప్పటికి ముఖ్యమైన రివిన్యూచట్ట

ములు శాశ్వతముగా వ్యాసుచేయబడి రెండవశాఖయైన బూం డెస్రాతు అను శిష్టసభవారి యంగీకారములేనిదే ఆచట్టములు మార్చుటకు వీలులేకపోవుటచేతను, కొన్నిసంవత్సరములకు గాని సేనల సంబంధమైనఖర్చులకు చట్టములేర్పడుట యనవ సరమగుచుండుటచేతను ఈప్రజాప్రతినిధిసంఘమువారు (రీచి స్టాగు) పూర్ణాధికారములు చెలాయించుటకు తగినసమయము లు రానేరావు. ప్రధానమంత్రిగారును (ఛాన్సలరు) బూండె స్రాతువారును ప్రవేశపెట్టుబిల్లులను ఆలోచించుటయే యీ శాఖవారి ముఖ్యకార్యము.

చక్రవర్తిగారి యనుమతిదీసికొని బూండెస్రాతు యీ సంఘమును ఛిద్రముచేసి క్రొత్తప్రతినిధుల నెన్నుకొనవలసిన దని ప్రజలను కోరవచ్చును. సాధారణముగా నూతనరీచిస్టాగు చక్రవర్తి చెప్పినప్రకారమే నడచుకొనును.

ఈదేశములో మంత్రులసంఘము (అనగా, ఇంగ్లాండు లో కాబినెటువంటిది) లేనేలేదు. ప్రధానమంత్రియైన ఛాన్స లరుగారీ రీచిస్టాగులో మెంబరుకాడు. ఒకప్పుడు బూండెస్రాతు నుండి వచ్చు ప్రతినిధులతోగలసి యీయనరావచ్చును. అప్పు డువేరుగకూర్చుండును. ఈయన రీచిస్టాగు వేయుప్రశ్నలకు తనతాబేదారులగుండ జవాబుచెప్పెదరు. ఈరీచిస్టాగు సంఘ మువారికి యిష్టములేనంతమాత్రముచేత ఛాన్సలరుగారు తన పదవికి రాజీనామానీయరు.

శిష్టసభ (బూండెస్రాతు)

ఈసభకు వివిధరాష్ట్రముల రాజులును, స్వాతంత్ర్యపట్టణములును ప్రతినిధులను బంపవలయును. ఫ్రెంచివారిని జయించితీసికొన్న ఆల్సేసులోరేను అను రాష్ట్రముమాత్రము రీచిస్టాగు శాఖకు ప్రతినిధులను బంపు నధికారము కలిగియున్నది. కాని బూండెస్రాతుకు అదిపంపు ప్రతినిధులకు ఆసంఘములో వోటు వేయునధికారము లేదు. ఈసభలో 58 మెంబర్లుందురు. వీరిలో ప్రష్యా 17 గురను, బవేరియా ఆరుగురను సాక్సనీవుర్టెంబర్గులు చేరి నలుగురను, బేడెన్ హెస్సీలు జేరిముగ్గురను, బ్రన్సువిక్కు మెక్లెన్బర్గులు చేరియిద్దరను తక్కిన పదునాలుగు రాష్ట్రములు మూడు స్వతంత్రపట్టణములు ఒక్కొకప్రతినిధిని ఈసంఘమునకు బంపవలయును. ఇదిగాక ప్రష్యారాష్ట్రము వాల్డెక్కురాష్ట్రముతో చేసికొన్న ఎగ్రిమెంటునుబట్టి ఒకవోటును బ్రన్సువిక్కురాష్ట్రమునకు తన రాజకుటుంబములో నొకరిని మేనేజరునిగా నియమించుటచేత రెండువోట్లును కలిగియుండుటవలన మొత్తము 58 వోట్లలో ప్రష్యారాష్ట్రమునకు 20 వోట్లున్నవి. కాబట్టి యీసభలో మరిపదివోట్లుసంపాదించుకొన్న యెడల తానుతలచు కార్యములన్నియు ప్రష్యారాష్ట్రము కొనసాగించుకొనగలదు.

ఈసభలోనుండు మెంబర్లందరు అమెరికా సంయుక్త రాష్ట్ర శిష్టసభ మెంబర్లవలెగాక వారివారిరాష్ట్రములనుండి వచ్చిన రాయబారులవలెనుందురు. ప్రజాప్రతినిధులవలెనుండరు. వీరిని దీసివేయుటకును, నేర్పరుచుటకును వీరిని పంపిన రాష్ట్రములకు సర్వస్వతంత్రముకలదు. వీరువేయువోట్లు వీరి రాష్ట్రములవేగాని వానిప్రతినిధులవికావు. కాబట్టి ఒకరాష్ట్రముయొక్క ప్రతినిధులందఱు నొకటేవిధముగ వోటువేయవలయును. ప్రతిరాష్ట్రమునుండివచ్చు ప్రతినిధుల వోట్లన్నియు మొత్తమువోటుగా లెక్కపెట్టుదురు. వీరిలో ఒక్కప్రతినిధియేవచ్చి తనరాష్ట్రమునకున్నవోట్లన్నియు తానేవేయవచ్చును. ఈప్రతినిధులు తమ రాష్ట్రీయప్రభుత్వమువారు తమకిచ్చిన యుత్తరువులప్రకారము వోట్లు వేయవలసియుండును.

రాష్ట్రీయప్రతినిధి ఆతనిరాష్ట్రములో మంత్రిగగాని లేక ఒకగొప్పయుద్యోగస్థుడుగగాని యుండును. ఈప్రతినిధులు వారివారి రాష్ట్రములలో పౌరులుగానుండవలసినపనిలేదు. ఒకొక్కొకపుడు వ్యయమునకువెఱచి అనేకరాష్ట్రములొకప్రతినిధినేపంపి తమవోట్లన్నియు అతనిచేతనేవేయించును. ఇటీవల కొన్ని ముఖ్యాంశములను జర్చించునపుడు ప్రతిరాష్ట్రమువారును తమస్వంతప్రతినిధులనే పంపవలెనని యేర్పాటుచేయబడినది.

ఈసంఘము సంయుక్తరాజ్యాంగములో నొకభాగమై చట్టములను వ్రాయుచేయునదిగాన దీనిలోని ప్రతినిధులు కేవలము రాయబారులని యెంచగూడదు. తమరాష్ట్రాధికారుల యుత్తరువుల ననుసరించియే వీరు నడచుకొనవలెను గనుక యీప్రతినిధుల సంఘము ఆలోచనసభగాకూడ నెంచబడ గూడదు.

ఇతరదేశముల శాసననిర్మాణశాఖలవలె నీసంఘము నియమితకాలమునకేర్పడిన ప్రతినిధులను గలిగియుండగు. ఈప్రతినిధులు తమరాష్ట్రములపక్షమున వచ్చినవారేగాని, ఆ రాష్ట్రీయప్రజలపక్షమునకాదు. వీరు తమరాష్ట్రములకు ఏజెంట్లుగానుండి అవిచెప్పినటుల చేయవలసినవారై యున్నారు. రాష్ట్రీయప్రభువులే తమయేజంట్లద్వారమున నీసంఘములో వోట్లువేయుచున్నారని మన మెంచుకొనవలయును.

ప్రష్యారాష్ట్రి మీసంఘములో తనకుగల 17 వోట్ల మూలముగ సంయుక్తరాష్ట్రనిబంధనలో నెట్టిమార్పులను జరుగకుండ జేయగలరనియు, సేనలు పన్నులవిషయమై యీ సంఘముయొక్క తీర్మానమును నిరాకరించు నధికారముకలిగి యున్నదనియు, నిదివరకే తెలిపియుంటిమి. ఇదిగాక ప్రష్యా రాజుగారే సంయుక్తరాష్ట్రచక్రవర్తిగానుండి తనమంత్రిని నియమించునధికారము కలవాడుగానున్నాడు. ఈమంత్రి యీ

సంఘమునకు ప్రెసిడెంటుగానుండి యిది చేయవలసినపనుల నేర్పాటుచేయుచు రెండవశాఖయైన రీచిస్టాగుపంపు పిటీషను లు, రిపోర్టులు, తీర్మానములు మొదలగునవియన్నియు, తానే యందుకొనుచుండును.

ఈసంఘమున కెనిమిదికమిటీలు, సంయుక్తరాష్ట్రనిబం ధనవలన నేర్పడినవి. సేనలు కోటలనుగురించి విచారించుకమి టీవారు చక్రవర్తిగారిచే నియమింపబడుదురు. దానిలో బవే రియా, సాగ్జనీ, ఉట్టెంబర్గుల ప్రతినిధులుండితీరవలయును. నావి కాబలమునుగురించి యేర్పడిన కమిటీమెంబర్లందఱు చక్రవర్తి గారివలననే నియమింపబడుదురు. (1) పన్నులు సుంకములు, (2) ఇనుపదారులు, (3) పోస్టుటెలిగ్రాపులు, (4) వాణిజ్యము, (5) ఆదాయవ్యయములకు సంబంధించినలెక్కలు (6) న్యా యాధికారవిషయములు ఈయారుకమిటీలకు నీసంఘమువారే యేటేట తమలోతాము ప్రతినిధుల నెన్నుకొనుచుందురు. సేనలు, కోటలనుగురించి యేర్పడిన కమిటీగాక తక్కిన యేడు కమిటీలలో కనీసము అయిదురాష్ట్రములకైనను ప్రతినిధు లుండవలయును.

ఈకమిటీలన్నిటిలో ప్రష్యారాష్ట్రప్రతినిధి యుండితీర వలయును. ఏరాష్ట్రములీకమిటీలలో నుండవలెనో చక్రవర్తి గాని,యీసంఘమువారుగాని యేర్పాటుచేసినతరువాత, తమలో

నెవరిని ఆయాకమిటీలకు ప్రతినిధులుగబంపవలెనో ఆరాష్ట్రి ప్రతినిధులే యేర్పఱచుకొనెదరు. అప్పుడు, ఆప్రతినిధి తన్ను తన రాష్ట్రమువారు పంపినట్లెంచుకొనవలసినదిగాని, తాను తనసోదర సభ్యులప్రతినిధియని యెంచుకొనఁగూడదు. పరదేశ విషయములనుగుఱించి విచారించుమఱియొక కమిటీకలదు. ఇది తక్కిన కమిటీలవలెరిపోర్టులుపంపదు దీనిలోనిమెంబర్లు మంత్రి గారుచెప్పిన సంగతులనువిని తమ రాష్ట్రములవారికి వానిని గుఱించి తెలియజేయును. ఈకమిటీలో బవేరియా, సాక్సనీ, ఉట్టెంబర్గు రాష్ట్రములును, బూండెస్రాతువలన నేర్పాటుచే యబడు, మఱిరెండు రాష్ట్రములును, చేరియుండవలెను. దీని ముఖ్యకార్యము మంత్రిగారికి సలహానిచ్చుటమాత్రమే గనుక, కమిటీలో ప్రష్యారాష్ట్రమునకు చోటుఅవసరములేదు. ప్రష్యా దేశపుమంత్రి లేనపుడు బవేరియాప్రతినిధి దీనికధ్యక్షుడుగా నుండును.

రీచిస్టాగు సంఘమువలెగాక, బూండెస్రాతుసంఘము లో కొన్నిరాష్ట్రములకే వర్తించువిషయములలో, ఆరాష్ట్రి ప్రతినిధులే చర్చించి వోటువేయవలయును. ఈరెండుసంఘ ములు శాసననిర్మాణ శాఖలోచేరినవైనను, కడసారిమాట బూండెస్రాతుదనే చెప్పవచ్చును. సాధారణముగా, ప్రతిశాస నము, బూండెస్రాతులో నుపపాదింపబడి చర్చచేయబడి, రీచి

స్టాగునకు పంపబడును. వారు దీనిని విచారించి ప్యాసుచేసితిరి గిపంపగా ఈసంఘమువా రామోదించినయెడల, చక్రవర్తిగారి యంగీకారమునకు బంపుదురు.

ఈబూండెస్రాతుసంఘము కార్యనిర్వాహక శాఖలో కూడనొకభాగము. రాజ్యపరిపాలనవిషయమై యేర్పడినచట్టములననుసరించి ఈసంఘమువారు నిబంధనలను చేయుచుందురు. కోశాధికారములోకూడ వీనికెక్కువ జోక్యముకలదు. ఇది లెక్కలనన్నిటిని తనిఖీచేయును. హైకోర్టుజడ్జీలను, లెక్కల నుతనిఖీచేయుకమిటీలను నేర్పఱచును. పైనజెప్పినకమిటీల యంగీకారముతో కలెక్టర్లను, చిన్నరాయబారులను నియమించును. యుద్ధమును మొదలుపెట్టవలెనన్నను, రీచిస్టాగును ఛిద్రముచేయవలెనన్నను, మూర్ఖపు పట్టుదలవహించిన రాష్ట్రముకు బుద్ధిజెప్పవలెనన్నను,నీసంఘమువారియంగీకారముండవలయును. కార్యాలోచనలో ఆంగ్లేయ మంత్రివర్గమువారికున్న యధికారముదీనికెనిగలదు. తానామోదించు విషయములనుతెలియజేయుటకై రీచిస్టాగుకు తనమెంబర్లలో కొందఱిని పంపుచుండును. రీచిస్టాగులో ఒకబిల్లుచర్చించబడునపుడు ఆబిల్లులోనేయేమార్పులు తానంగీకరించునో, ఆసంగతివారికి తెలియజేయుటకు, తనప్రతినిధులనుపంపును తానట్లుపంపు ప్రతినిధులు, తనయభిప్రాయమునేగాక, వారివారి రాష్ట్రీయుల యభిప్రా

యములుకూడ దానికి భిన్నములైనను రీచిస్టాగువారికి చెప్ప వచ్చును.

సంయుక్త రాష్ట్రమునకును, రాష్ట్రములకును తగవులుసంభవించునపుడు సంఘమువారు, సంయుక్తరాష్ట్రపు చట్టములకు వ్యాఖ్యానముచేసి తీర్పులు చెప్పవచ్చును. ఒకరాష్ట్రము న్యాయస్థానము సరియైనతీర్పు చెప్పలేదని, యీసంఘము వారికి అప్పీలుచేసుకొనవచ్చును. రాష్ట్రములలో నొండొంటికి గలుగుతగవుల నీబూండెస్రాతు పరిష్కరించవచ్చును. సంయుక్తరాష్ట్ర నిబంధనవిషయమై ఒకసమస్య సంభవించి దీనిని విచారించుటకు రాష్ట్రములో తగినకోర్టులేనపు డీసభవారుఆరాష్ట్రమువారి యిష్టముమీాద విచారించవచ్చును. అట్లువీలులేని యెడల దీని విషయమై క్రొత్తచట్టమును ప్యాసుచేయ వచ్చును.

ఈసంఘము కూడనిసమయములో రీచిస్టాగు కూడుటకు వలనుపడదు. కాని, రీచిస్టాగు కూడకపోయినను నీసంఘముకూడవచ్చును. ఈసంఘమువారిలో మూడువంతుల మెంబర్లుకోరినయెడల నీసంఘముకూడకతప్పదు. రీచిస్టాగువలెగాక, ఒకశెషనుఆఖరుకాగానే దీనిపనిపూర్తి కాదు. ఇదితిరిగికూడినపుడు వెనుకటిశెషనులో ఆపబడినచర్చను సాగించును. ఈసంఘములో చర్చజరుగునపుడు బయటిప్రజలను రాకుండచేయవె

చ్చును. కాబట్టి ఇంగ్లాండుదేశపు కాబినెటులోవలెనే దీనిలో కూడ రహస్యపుచర్చలుజరుగుచు మంత్రివర్గములోభేదాభిప్రాయములు బయటిప్రజలకు తెలియకుండ నుంచవలసి వచ్చుచుండును.

కార్యనిర్వాహకశాఖ

ఈశాఖలో చక్రవర్తియు, మంత్రియు ప్రధానులు. చక్రవర్తియనగా వంశపారంపర్యపు హక్కుగల రాజని జనులు సాధారణముగా ననుకొనెదరు. కాని జర్మనీసామ్రాజ్యతంత్రములో చక్రవర్తి అట్టివాడుకాడు. ఆయన ప్రష్యారాష్ట్రమునకు రాజు. ఆయనకు సామ్రాజ్యకిరీటమొకటి వేరుగ నేర్పడి యుండలేదు. సంయుక్తరాష్ట్రనిబంధనలలో, ప్రష్యారాష్ట్రపు రాజు, యీసామ్రాజ్యమునకు చక్రవర్తిగానుండి పనులు జరిగించవలెననిమాత్రమే యున్నది. ఎప్పుడైనను, ఆరాజుమైనరుగగాని, పిచ్చివాడుగగానియుండి, ప్రష్యారాష్ట్రపు చట్టముప్రకారము, ఆదేశమునకు ఒక మేనేజరుయేర్పడినయెడల నీమేనేజరే చక్రవర్తిగానుండును.

సంయుక్తరాష్ట్ర సేనలన్నిటికి, చక్రవర్తియే సేనాధిపతిగనుండును. తక్కినవిషయములలో అన్నిరాష్ట్రములకును బూండెస్రాతు ఆజ్ఞలకు లోబడి, ప్రతినిధిగా పనులను జరిగించును. విదేశీయులతో సంబంధించు విషయములలో అనగా

వానితో సంధులను చేసికొనుట, యుద్ధముచేయుట మొదలగువానిలో, బూండెస్రాతు యనుమతిమీదనే యీయన వ్యవహరించును. అవిధేయతతో సంచరించురాష్ట్రమును, బూండెస్రాతు తీర్మానము ననుసరించి శిక్షించుచుండును. శాసననిర్మాణశాఖ కూడుటకును, మఱియొకదినమునకు నిలుపుదలచేయుటకును, సెష్షన్నును ఆపివేయుటకును ఆజ్ఞనిచ్చుచుండును. బూండెస్రాతు అంగీకారము తీసికొని రీచిస్టాగును ఛిద్రముచేయును. చట్టములనుప్రచురపఱచి వానిని అమలులోపెట్టును. ఇట్లుఅమలులో పెట్టుటకు కావలసిన నిబంధనలను సాధారణముగ బూండెస్రాతు ముందుగనే యేర్పాటుచేయుచుండును. చక్రవర్తిగారు, తన ప్రధానమంత్రిని, అనగా ఛాన్సలరును, మఱికొందరు సంయుక్త రాష్ట్రోద్యోగీయులను తానే యేర్పఱచుకొనును. సాధారణముగా సంయుక్తరాష్ట్ర చట్టములన్నియు, రాష్ట్రములే యమలులో పెట్టుచుండుటచేత, సంయుక్తరాష్ట్రోద్యోగీయులు కొద్దిగనేయుందురు.

పటాలములు, విదేశవిషయములలో తప్ప, తక్కినసంయుక్తరాష్ట్రకార్యములలో చక్రవర్తికేమియు నధికారములేదుగాని, ప్రష్యారాష్ట్రమునకు రాజగుటచేత నీయనకెక్కువ పలుకుబడియుండును. ప్రష్యారాష్ట్రమునకు రాజుగానుండుటచే బూండెస్రాతులో తనకిష్టమయినవారిని ప్రతినిధులుగా నే

ర్పఱచుకొనును. వారిగుండా తనకిష్టమైనచట్టములు ప్రవేశపెట్టగలడు. చక్రవర్తిగా, తనకుచట్టనిరాకరణాధికారము లేకపోయినను, బూండెస్రాతులోనుండు తన ప్రతినిధులమూలమున సంయుక్తరాష్ట్రనిబంధనలలో మార్పులుగాని, సేనలు పన్నుల విషయమై మార్పులుగాని రాకుండచేయగలడు. చక్రవర్తిగా, సమస్తమైన సేనలకు సైన్యాధిపతిగానుండి, పెద్దయుద్యోగస్థులనందఱిని తానేయేర్పఱచుకొనును. ప్రష్యాదేశమునకు రాజుగా క్రిందయుద్యోగస్థులనేర్పరచుటయేగాక సంయుక్తరాష్ట్రసేనలన్నిటిని తనస్వాధీనములో నుంచుకొనుటకు అధికారముగలదు. చక్రవర్తిగాతనమంత్రిచేత నొకబిల్లును తయారుచేయించును. ప్రష్యాదేశపు రాజుగా తనమంత్రిచేత, బూండెస్రాతులో దానిని ప్రవేశపెట్టించును. ఆసంఘములో తనమూడవవంతు మెంబర్లచేత వోట్లువేయించును. చక్రవర్తిగారిపేరుమీదఆబిల్లును రీచిస్టాగులో ప్రవేశించపెట్టబడును. దానిలో నేయేమార్పులు తానంగీకరించునో వానిని బూండెస్రాతుపక్షమున అనగా తనమూడవవంతు ప్రతినిధుల పక్షమున తనమంత్రిగుండా ఆసంఘమునకు తెలియఁజేయును. బిల్లుప్యాసయినతరువాత చక్రవర్తిగా తానుదానిని ప్రచురపఱచును. ప్రష్యారాష్ట్రములో రాజుగాదానిని అమలులో పెట్టును. రాజుతాను చేయుచున్నప్రభుత్వమునుగుఱించి చక్రవర్తిగారిపై తనిఖీచేయు

చుండును. రాజ్యపరిపాలనమంతయు రాష్ట్రాధిపతులకే యీయబడినది. వీరందఱికి ప్రష్యాదేశపురాజే ప్రెసిడెంటుగా ఏర్పరచబడెను. ఈకారణముచేతకూడ ప్రష్యారాజుకు మఱి కొన్ని యధికారము లీయబడినటుల యెంచుకొనవలయును.

ఈసంయుక్తరాష్ట్రములో మంత్రిసంఘము లేదు. ఛాన్సలరుఅనేపేరుతో ఒకమంత్రియుండును.తక్కినయుద్యోగస్థులీయనతాబేదార్లేగాని సోదరమంత్రులుకారు. ఈయన తనయజమానియైన ప్రష్యారాజునకే జవాబుదారుడుగాని శాసననిర్మాణశాఖలో నేసంఘమునకుగాని లోబడియుండవలసినపనిలేదు.

న్యాయాధికారశాఖ.

ప్రతిరాష్ట్రములోనుండు కోర్టులే అన్నివిధములైన కేజులను విచారించగలవు. ఈకోర్టులు సంయుక్తరాష్ట్రచట్టములను బట్టియే నడుచుకొనుచుండును. సివిల్ క్రిమినల్ ప్రొశీజరుకోడ్డులు, సివిల్ కోడ్డు, పినల్ కోడ్డు, వాణిజ్యసంబంధమైనకోడ్డు యీ మొదలగు నన్నిచట్టములు అన్నిరాష్ట్రములకోర్టులును గమనించి వానిననుసరించియే నడువవలయును. కాని యీకోర్టుల న్యాయాధిపతులందఱు తమరాష్ట్రప్రభుత్వములవారిచేత నియమింపబడి తమరాజులపేరనే తమవిధ్యుక్తకార్యములను నెరవేర్చెదరు. ఈకోర్టులుగాక సంయుక్తరాష్ట్రమునకంత కునొకకోర్టుయేర్పడియున్నది. రాజద్రోహపుకేజులను విచా

రించుటకును, జర్మనీసామ్రాజ్యమునకు సంబంధించిన విషయములలో అప్పీళ్ళువిచారించుటకును ఈకోర్టు యేర్పడినది.

ఈజర్మనీ సామ్రాజ్యతంత్రమువలన మన మొకవిషయము గ్రహించనగును. మనయిండియాదేశము భాషలనుబట్టివిభజనచేయబడిఆయాభాగములకుప్రజాస్వామికమునిచ్చినయెడలబ్రిటిషు ఇండియాప్రష్యారాష్ట్రమువలెనుండి దీనిప్రతినిధులును ఇండియాలోస్వదేశసంస్థానములచేత పంపబడుప్రతినిధులునుకలసిఢిల్లీలో సామ్రాజ్యశాసననిర్మాణసభలో బూండెస్రాతువంటి సంఘముగానేర్పాటుకావచ్చును. ఇండియాదేశములోనున్న ప్రజలందరిచేతను ఎన్నుకొనబడు ప్రతినిధులందఱు రీచిస్టాగువంటి రెండవసంఘముగా నేర్పాటుకావచ్చును. ఆంగ్లేయరాజకుటుంబములో నొకరు ఢిల్లీలో చక్రవర్తిగానుండవచ్చును. శాసననిర్మాణసంఘముయొక్క మొదటిశాఖలో బ్రిటిషు ఇండియానుండియే యెక్కువమందిమెంబర్లు యేర్పడుదురు. గనుక ఆంగ్లేయచక్రవర్తి ప్రష్యారాజువలెనే సంపూర్ణాధికారము కలిగియుండును. ఈసభలో బ్రిటిషు ఇండియామెంబర్లలో కొంతమందిని బ్రిటిషు ప్రభుత్వమువారే నియమించుకొనవచ్చును. తక్కినవారు ఆయారాష్ట్రములనుండియే యెన్నుకొనబడవచ్చును. ఇండియాలోనుండు సామంతప్రభువులొక్కొకప్రతినిధినీసభకుబంపవచ్చును. ప్రస్తుతము పదిలక్షల జనులకొక ప్రతి

నిధినిచ్చుచు నియామకుల కెట్టియోగ్యతలుండవలయునో బ్రిటిషు గవర్నమెంటువారే యేర్పరచవచ్చును. వీరిచే నెన్నుకొనబడు ప్రతినిధులందఱు 350 మందికంటె నెక్కువమంది యుండరు. ఈప్రజాప్రతినిధిసంఘమువారు ప్యాసుచేయు బిల్లులను శిష్టసభవారంగీకరించినగాని అవి చట్టములుగ మారనేరవు. ఈరెండుసంఘములు ప్యాసుచేసినను చక్రవర్తిగారుతమ నిరాకరణాధికార ముపయోగించవచ్చును. ఈశిష్టసభలో మెంబర్లకును వీరినియామకులకును నెక్కువయోగ్యతల నేర్పఱచవచ్చును పరదేశీయులతోజరుగు వ్యవహారములన్నియు బ్రిటిషుప్రభుత్వమువారు చక్రవర్తికిని యీసభకునుమాత్రమే వదలివేయవచ్చును. భాషలప్రకారమేర్పడిన ప్రతిరాష్ట్రమునకు గవర్నరును నియమించుటకు బ్రిటిషుప్రభుత్వమువారికే యధికారముకలదు. కాని శాసననిర్మాణ కార్యనిర్వాహకాధికారములు ప్రజలకేయుండవలెను. సంయుక్తరాష్ట్రాధికారులకు దేశమునకంతకు సంబంధించిన విషయములలో పూర్ణమైన స్వతంత్రాధికారము కలిగియుండవలయును. ఢిల్లీలో ఒకసుప్రీముకోర్టునేర్పఱచి దేశములోనుండు అన్నికోర్టులమీఁదను అప్పీలు అధికారము కొంతవిలువగలకేజులలోను, రాష్ట్రములమధ్యసంభవించు కేజులలోను ఒకరాష్ట్రమునకును మఱియొకదానిపౌరులకుగల కేజులలోను దానికీయవలయును. ఇది మనవారికి అ

సాధ్యమైన యాదర్శముకాదు. క్రమక్రమముగ బ్రిటిషుసామ్రాజ్యమిట్లు పరిణమించుననుటకుఏవిధమైన సందేహము లేదు ఇది శీఘ్రకాలములో రావలెనన్న యెడల మనవిద్యాధికులు జనులలో రాజకీయవిద్యలను ప్రబలముచేయవలయును.

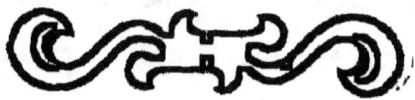

స్విట్జర్లెండు రాజ్యతంత్రము.

I

సంయుక్త రాష్ట్రాధికారము.

ఈరాజ్యము యిరువదిరెండు చిన్న రాష్ట్రములతోఁ గూడుకొనియున్నది. ఈ రాష్ట్రములకు కాంటనులని పేరు. చట్టములు, ఆచారములు, చరిత్రలు, సాంప్రదాయములు ప్రతి రాష్ట్రమునకు వేరువేరుగనున్నవి. దీనిలో మూడుకాంటనులు, మతము, చరిత్ర మొదలగు భేదములనుబట్టి, రెండు రెండుగా విడుటవలన యీరాజ్యము నిజముగా యిరువదియైదు రాష్ట్రములుగా విభజింపబడినటుల యెంచబడవలయును. ఈ అరకాంటనులు కూడ, రెండు విషయములలో తప్ప తక్కిన కాంటనులవలె సంపూర్ణస్వాతంత్ర్యములనే కలిగియున్నవి. (1) సంయుక్త రాష్ట్రసంఘము లేక శిష్టసభకు రెండు అరకాంటనులు రెండేసి మెంబర్లకుబదులు చెరియొక ప్రతినిధినే పంపవలయును. (2) సంయుక్త రాష్ట్రనిబంధనలో మార్పులుచేయు తీర్మానములకు యీ యరకాంటనులకు, అరవోటుమాత్రమే యుండును.

అమెరికా సంయుక్త రాష్ట్రములవలెనే, యీదేశపు సంయుక్త రాష్ట్రాధికారులకు సంయుక్తరాష్ట్రనిబంధనప్రకా

రము యీయబడిన యధికారములుగాక తక్కినవన్నియు రాష్ట్రములకే వదలబడినట్లు యెంచబడవలయును. అన్నిరాష్ట్రములకు సమానమైన పూర్ణస్వాతంత్ర్యములుకలవు. అమెరికా సంయుక్త రాష్ట్రమువలెగాక జర్మనీసంయుక్త రాష్ట్రమువలె యీదేశములో సంయుక్త రాష్ట్రచట్టములను, రాష్ట్రాధికారులే అమలులో పెట్టవలెనుగాని,సంయుక్తరాష్ట్రాధికారులకు వేరుగ స్వంత ఉద్యోగస్థులులేరు. విదేశీయులతో సంబంధించు వ్యవహారములు టోల్గేటు పన్నులు, ఓడరేవు పన్నులు,పోస్టు టెలిగ్రాఫు, సారాయిలు, తుపాకీమందుసామగ్రి-ఇవిగాకతక్కిన విషయములలోసంయుక్తరాష్ట్రాధికారులకు పైతనిఖీతప్ప వేరుగ కార్యనిర్వహణాధికారములేదు. సైన్యముకూడ రాష్ట్రాధికారుల క్రిందనే యుండును. సంయుక్తరాష్ట్రాధికారులు సైన్యాధిపతులను కొందఱు ఉద్యోగస్థులను నియమించి వీరికి సంబంధించిన కొన్నినిబంధనలను మాత్రము చేయుచుందురు. సంయుక్తరాష్ట్ర హైకోర్టువారి తీర్పులను రాష్ట్రోద్యోగీయులే అమలులో పెట్టవలయును.

సంయుక్తరాష్ట్రాధికారులకు రాష్ట్రములమీద పైతనిఖీ యెక్కువగా నుండును. ఉచిత ప్రారంభవిద్య నిర్బంధముగ కలుపవలెననియు ప్రత్యేకముగ నొకమతమును బోధచేయ గూడదనియు రాష్ట్రముల కాజ్ఞాపించియున్నారు. సంయుక్త

రాష్ట్రి నిబంధన ప్రతిరాష్ట్రమునకు, దానిజనులు సంపూర్ణ స్వాతంత్ర్యపు హక్కుల ననుభవించవచ్చునని అభయమిచ్చుచున్నది. ఈఅభయము రాష్ట్రములపేర నే యిచ్చినను, అనుభవములో రాష్ట్రపౌరులకు వారిరాష్ట్రములవలన నెట్టియిబ్బందులు కలిగినను, సంయుక్తరాష్ట్రాధికారులు జోక్యము కలుగఁజేసికొనెదరు. రాష్ట్రములలో దొమ్మీలు మొదలగు తొందరలు సంభవించినపుడు సంయుక్తరాష్ట్రాధికారులు తమంతటతామే సంబంధము కలుగఁజేసికొనవచ్చును.

అమెరికా సంయుక్తరాష్ట్రములో కంటె యీదేశములో సంయుక్తరాష్ట్రాధికారులకు యెక్కువ చట్టనిర్మాణాధికారము కలదు. మతసంఘములు, సారాయిలు, అంటువ్యాధులు, రైళ్ళు, ఫ్యాక్టొరీలు, పనివాండ్రభీమా, వాణిజ్యము— యీ మొదలగు విషయములలోకూడ, వారు నిబంధనలను చేయుచున్నారు. ఇవిగాక, నదులు, కాలువలు, అడవులు, రోడ్లు, వంతెనలు, అచ్చు యంత్రములు మొదలగు ననేక యితర విషయములలోకూడ జోక్యముకలుగఁజేసికొని తరుచుగా పై తనిఖీ చేయుదురు. ఒకవిషయములో, అమెరికా సంయుక్త రాష్ట్రాధికారులకంటె, యీదేశ ప్రభుత్వమునకు, తక్కువ చట్టనిర్మాణాధికారమున్నది. పన్నులను విధించు యధికారము వీరికి లేదు. వీరికి కావలసినసొమ్ము తమస్వాధీనమందుంచుకొన్న

ఆ స్త్రీమీదనే కావలయును. దేశపుటెల్లలవద్ద విధించు సుంకములు, పోస్టు టెలిగ్రాఫులవలనవచ్చు నాదాయము, తుపాకిమందు లైసెన్సులవలన వచ్చు రాబడి, సిపాయి కొలువును తప్పించుకొనుట కీయవలసివచ్చు సొమ్ములో సగపాలు— ఇదియే వీరికిరాబడి. వీనివలన వచ్చునది చాలనియెడల చట్టములననుసరించి రాష్ట్రములవలన కొంతసొమ్ము వసూలుచేయబడును. ఇట్టి తబిరీకువేసికొనవలసిన యవసర మెప్పుడును తటస్థించలేదు.

ఈదేశములో సంయుక్తరాష్ట్ర చట్టనిర్మాణాధికారము సంయుక్తరాష్ట్రనిబంధనలో అప్పటప్పటికి జరుగు మార్పులవలన వృద్ధియగుచున్నది. అమెరికాదేశములో సంయుక్తరాష్ట్రనిబంధనకు వ్యాఖ్యానము చేయుచు చట్టనిర్మాణాధికారము కొద్దికొద్దిగా హెచ్చుగుచుండును. ఈరాజ్యములో సంయుక్తరాష్ట్రనిబంధనకు, క్రొత్తక్రొత్త సంగతులను కలుపుటవలన యీయధికారము క్రమక్రమముగ మిక్కిలి వృద్ధియగుచున్నది. దీనికి రెండుకారణములుకలవు. (1) ఇక్కడి రాష్ట్రములు చిన్నవి యగుటచేత, తమకు కావలసిన సొమ్మును తాము సేకరించుకొనం జాలవు. (2) సంయుక్తరాష్ట్రనిబంధనలో మార్పులు సులభముగ చేయుటకు దీనిరాజ్యతంత్రములో వీళ్ళుకలవు. ఈమార్పులు రెండువిధములుగ

జరుగవచ్చును. సంయుక్తరాష్ట్రనిబంధన నంతయు మార్చి, క్రొత్త నిబంధన నేర్పాటుచేయవచ్చును. లేక, ఉన్న నిబంధనలో మార్పులుచేయవచ్చును. సంయుక్తరాష్ట్రచట్టనిర్మాణశాఖ, సాధారణ చట్టములను ప్యాసుచేయునట్లే, యీ రెండు విధములైన మార్పులను సంయుక్తరాష్ట్రనిబంధనలో కూడ చేయవచ్చును. ఒకప్పుడు యీశాఖవారి యంగీకారము లేకుండకూడ, అట్టిమార్పులు జరుగవచ్చును. నిబంధన నంతయు మార్చవలెనని యీశాఖలో నొక సంఘముగాని, లేక యేబదివేల ప్రజాప్రతినిధి నియామకులుగాని కోరగా దేశములో యావన్మంది నియామకుల వోట్లను తీసికొనెదరు. వారిలో మెజారిటీవారు, అట్టిమార్పులకంగీకరించిన యెడల, నూతన చట్టనిర్మాణ శాఖ యేర్పడి, క్రొత్తనిబంధనను తయారు చేయుదురు. ఉన్ననిబంధనలో మార్పులు చేయవలెనన్న యేబదివేలనియామకులు, వారుకోరు మార్పులకు ఒకచిత్తుచట్టమును తయారు చేయవచ్చును. లేదా, ఫలానివిధములైన మార్పులుండవలెనని మాత్రమే పిటీషను, సంయుక్తరాష్ట్రచట్టనిర్మాణ శాఖవారికి పంపవచ్చును, దేశములోనుండు ప్రతినిధినియామకులందఱుగాని వారిలో మెజారిటీవారుగాని యీమార్పుల కొప్పుకొన్నయెడల, అప్పటిచట్టనిర్మాణశాఖవారు ఒకబిల్లును తయారుచేయుదురు. కాబట్టి యీరెండువి.

ధములయిన మార్పులును జనులచేతగాని, చట్టనిర్మాణ శాఖ వలనగాని ఉపపాదింపబడినపుడు, యావన్మంది జనులయంగీకారమునకు, వారి యెదుట నుంచవలసినదే. ఈ మార్పులకు జనులలో మెజారిటీయొక్కయు రాష్ట్రముల మెజారిటీయొక్కయు ఆమోద ముండవలయును. రాష్ట్రముయొక్క యంగీకారమనగా దానిలోని చట్టనిర్మాణశాఖవారి వోటేయని యూహింపవలయును.

II
సంయుక్త రాష్ట్రాంగములు.

ఈదేశ రాజ్యతంత్రములో సంయుక్తరాష్ట్రచట్టనిర్మాణ శాఖను Federal assembly అని పిలచెదరు. వీనిలో రెండు సంఘము లున్నవి. (1) సంయుక్తరాష్ట్ర శిష్టసభ (Council of States) (2) ప్రజాప్రతినిధిసంఘము. (National Council) ప్రతిరాష్ట్రము కాంటను ఇద్దరు ప్రతినిధులను అర కాంటను ఒక్కొక్క ప్రతినిధిని రాష్ట్రసభకు పంపవలయును. రెండవసంఘములో ప్రజలవలన డైరెక్టుగా నెన్నుకొనబడు ప్రతినిధు లుందురు. కార్యనిర్వాహక శాఖమాత్రము అమెరికా సయుంక్తరాష్ట్రములో నున్నట్లుండదు. ప్రెసిడెంటుకుబదులు యేడుగురు మెంబర్లుగల సంయుక్తరాష్ట్రసభ (Federal Council) యేర్పరచబడినది. న్యాయాధికారశాఖకు ఒకకోర్టు (Federal Tribunal) స్థాపించబడయున్నది.

(1) కార్య నిర్వాహక శాఖ.

Federal Council సంయుక్త రాష్ట్రసభ. సంయుక్త రాష్ట్ర చట్టనిర్మాణశాఖ (Federal Assembly) నూతనముగా కూడగనే కార్యనిర్వాహక సభవా రెన్నుకొనబడుదురు. వీరు మూడుసంవత్సరముల కొకసారి అనగా ప్రజాప్రతినిధి సంఘము యొక్క నియమితకాలమునకే యెన్నుకొన బడుచుందురు. ఈ మూడుసంవత్సరములలో సంఘము యేకారణము చేతనైనను ఛిద్రమైనప్పుడు, ఈసభవారు (Federal Council) తిరిగి యేర్పడు నూతన ప్రజాప్రతినిధి సంఘములోనుండి యావత్తు చట్టనిర్మాణ శాఖవలన నెన్నుకొని బడవలయును. ఈసభలోనున్న యేడుగురు మెంబర్లు కార్యనిర్వాహణమునకై యేడు డిపార్టుమెంటులకు అధ్యక్షులుగా నుందురు. వీరిలో ప్రెసిడెంటుగారు తనడిపార్టుమెంటును చూచుకొనుచు తక్కినడిపార్టుమెంటులను తన శక్తికొలది పైతనిఖీచేయుచుండును. ఈ ప్రెసిడెంటుగారును వైసు ప్రెసిడెంటుగారును సంవత్సరమున కొకసారి సంయుక్తరాష్ట్ర చట్టనిర్మాణశాఖవలన యెన్నుకొనబడుదురు. ఒకసారి ప్రెసిడెంటుగా నెన్నుకొనబడినవారు మరుసటి సంవత్సరము ప్రెసిడెంటుగాగాని వైసు ప్రెసిడెంటుగాగాని యుండకూడదు. ప్రస్తుతాచారము ననుసరించి వైసుప్రెసిడెంటుగారు మరుసటి సంవత్సరము ప్రెసిడెంటగుచుండును.

ఈవిధముగ ఈప్రెసిడెంటు పదవికి వరుసగా సంయుక్తరాష్ట్ర సభ Federal Council లో నుండు యేడుగురు మెంబర్లు వచ్చుచుందురు. దీనిలోమెంబర్లందఱకు సమానాధికారమే యున్నది. ప్రెసిడెంటుగారు, పేరునకు మాత్రము యీకార్య నిర్వాహకసభవారికి అధ్యక్షుడుగా నుండును.

ఈసభవారు కార్యనిర్వాహకమేగాకకొంతవరకుచట్టనిర్మాణాధికారము, కొంతమట్టుకు న్యాయాధికారము కలిగియున్నారు. ఈన్యాయాధికారము కార్యనిర్వాహక సంబంధమైన విషయములలోనే యుండును. వీరి తీర్పులమీద చట్టనిర్మాణశాఖకు, అప్పీలు చేసికొనవచ్చును. వారి తీర్పులను రాష్ట్రాధికారులే అమలులో నుంచవలయును గనుక యీసభవారు తమ తీర్పులను యెక్కువజాగ్రతతోను, దూరాలోచనతోను చెప్పుచుందురు. రాష్ట్రాధికారులీ తీర్పులను అమలులో పెట్టక, నిరాకరించినయెడల సయుంక్త రాష్ట్రాధికారులకు వేరుగ తమస్వంతయుద్యోగస్థులు లేరుగనుక ఒకచిత్రమైనయుపాయమును వారుకనిపెట్టిరి. అటులనిరాకరించిన రాష్ట్రమునకు నిర్ణయించిన సొమ్మునీయక తమ సేనను ఆరాష్ట్రములోనికి పంపెదరు. ఈసైన్యము యెవ్వరినికొట్టదు. చంపదు. ఆ రాష్ట్రములో నుండి దానిఖర్చుమీద రాష్ట్రమువారు విధేయతకనుపరచువరకు అక్కడనే నిలచియుండును.

సంయుక్త రాష్ట్రసభకు Federal council అమెరికా సంయుక్తరాష్ట్రప్రెసిడెంటుకున్నటుల కార్యనిర్వాహకాధికారములేదు. దీనికిచట్టనిరాకరణాధికారముగాని స్వతంత్రకార్యనిర్వాహకాధికారముగాని లేదు. ఈసభవారుచేయు తీర్మానములను సంయుక్తరాష్ట్ర చట్టనిర్మాణశాఖవారు పైతనిఖీచేసి రద్దుపరచవచ్చును. ప్రతిసంవత్సరము యీసభవారి రిపోర్టులను పరిశీలించి చట్టనిర్మాణశాఖవారు తమకుతోచినమార్పులను ప్రతిపాదించుచుందురు. ఈసభకుకొంతవరకుయింగ్లాండు మంత్రిసంఘమును పోలియుండును. ఈసభవారు చట్టనిర్మాణశాఖలో మెంబర్లుగానుండుటకు వీలులేకపోయినను, ఆశాఖయొక్క రెండు సంఘములయందు జరుగు చర్చలలో మాటలాడుచుచట్టనిర్మాణములోమిక్కిలిగ పలుకుబడికలవారుగ నున్నారు. కాని, తాము ప్రతిపాదించు బిల్లులు, చట్టనిర్మాణశాఖలో ప్యాసుకానంత మాత్రముచేత, తమ పదవులనురాజీనామాల నీయక వారి తీర్మానములకు బద్ధులగుచుందురు. ఈ సభలోని మెంబర్లు, అన్నివిషయములలోను యేకాభిప్రాయులుగనుండవలసిన పనిలేదు. వీరందఱు సాధారణముగా చట్టనిర్మాణ సభలో యేపార్టివారితోను చేరరు. వీరు అనేకపార్టీలనుండి కోరుకొనబడినను, మెజారిటీవారు, చట్టనిర్మాణశాఖలో నుండు మెజారిటీ పార్టీతో సంబంధించినవారు కాకపోవ

చ్చును. ప్రస్తుత చట్టనిర్మాణసభలోనుండు పార్టీలతో, యీ సభవారికి సంబంధము లేకపోవుటకు ముఖ్యకారణము యీ సభలోని మెంబర్లుసాధారణముగా స్థిరముగా నుండువారగుటచేతనే, వీరికున్న యనుభవము నుపయోగించుకొనుటకు మూడుసంవత్సరముల కొకసారి జరుగుయెన్నికలలో, చట్టనిర్మాణశాఖవారు మునుపటివారినే యెన్నుకొనుచుందురు.

ఈసంయుక్తరాష్ట్రసభలో, ఒకమెంబరు చనిపోయినప్పుడుగాని, రాజీనామా యిచ్చినప్పుడుగాని చట్టనిర్మాణశాఖవారు తమలో నొకరిని యెన్నుకొనెదరు. ఈ సభవారు చట్టనిర్మాణ శాఖయొక్క కార్యనిర్వాహక కమిటీయని చెప్పవచ్చును. ఆంగ్లేయ రాజ్యతంత్రములోకంటె యీ రాజ్యతంత్రములో కొంత మెఱుగు కానవచ్చుచున్నది. ఇక్కడి కార్యనిర్వాహక సభవారు చట్టనిర్మాణ సభలోనుండు యేపార్టీకిని చేరకుండగనే, దానితో సంబంధము కలిగియున్నారు. ఆంగ్లేయ పార్లమెంటులో అనేకపార్టీ లున్నపుడు కొన్ని పార్టీలు చేరి ఒక మంత్రిసంఘమును యేర్పాటుచేసికొనుట తటస్థించును. అప్పుడీ మంత్రులకు, అనేకస్వల్పవిషయములలో భేదాభిప్రాయము లుండక మానవు. ఇందువలన కార్యనిర్వాహక శాఖబలముగా నుండదు. ఇక్కడి సంయుక్తరాష్ట్ర సభ, చట్టనిర్మాణశాఖలో నెన్నిపార్టీ లున్నను, తాను మధ్యవర్తిగ

నుండిపనులు జరిగించుచు, యీ పార్టీలకు సక్యముచేయ ప్రయత్నించుచుండును. ఇదిగాక, సమర్థులగు మెంబర్లు తమ పదవులలో బహుకాలముండుట తటస్థించును. అంతరాయము లేకుండా రాజ్యతంత్రము ఒకేవిధముగ జరుగుచుండును. తరచుగా దేశములో విప్లవములు రానేరవు. కార్యనిర్వాహక శాఖోద్యోగీయులు తమ పనులకు జవాబుదార్లుగ నుండవలెను గనుక, యీ సంయుక్త రాష్ట్ర మెంబర్లు మూడు సంవత్సరముల కొకసారి మార్చబడవలయునని సంయుక్తరాష్ట్రనిబంధనలో యేర్పాటుచేయబడినది. కాని, అనుభవములో వీరు తరుచుగా మారుచుండుట లేదు. చట్టనిర్మాణశాఖ వారికి, యీ మెంబర్లు జరిగించు పనులను రద్దుచేయు నధికార మున్నదిగనుక, వీరు నిరంకుశాధికారు లెన్నటికిని కాజాలరు.

(2) చట్టనిర్మాణశాఖ.

Federal Assembly.

దీనిలో సంయుక్తరాష్ట్రశిష్టసభ (Council of States) ప్రజాప్రతినిధిసంఘము (National Council) అని రెండుసంఘము లున్నవని యిదివఱకే తెలియజేసితిని. మొదటిదానికి ప్రతిరాష్ట్రము (Canton) యిద్దఱు ప్రతినిధులను, అరరాష్ట్రము ఒక ప్రతినిధిని పంపవలయును. అమెరికాదేశపు శిష్టసభవలె గాక దీనికి ప్రత్యేకముగ నియమితాధికారములు లేవు.

రెండవసంఘమైన ప్రజాప్రతినిధి సంఘమునకున్న యధికారములే దీనికిని యున్నవి. దీనిలోని మెంబర్లకు జీతములు లేవు. బహుకాలము తమపదవులయందుండరు. వీరందఱు వారివారి రాష్ట్రములలో ఒకేవిధముగ నెన్నుకొనబడరు. వీరు కొన్ని కాంటనులలో చట్టనిర్మాణ శాఖలవలనను, కొన్ని కాంటనులలో జనులవలనను ఒకసంవత్సరము మొదలు నాలుగు సంవత్సరముల గడువుకాలములకు యెన్నుకొనబడుచుందురు. కాబట్టి వీరందఱు యేకకాలమం దెన్నుకొనబడుట తటస్థించదు. ఈశిష్టసభకు ప్రజాప్రతినిధి సంఘమునకున్నంత పలుకుబడిలేదు. ఏలయన సంయుక్తరాష్ట్రసభలోని మెంబర్లు ప్రజాప్రతినిధి సంఘమునుండియే యెన్నుకొనబడవలయును.

ప్రజాప్రతినిధిసంఘము (National Council) సంయుక్తరాష్ట్రనిబంధన ప్రకారమే యేర్పడుచున్నది. మూడుసంవవ్సరముల కొకసారి దీనిలోని మెంబర్లు ప్రజలచేత డైరెక్టుగా యెన్నుకొనబడవలయును. తాను నివసించు రాష్ట్రములోనున్న చట్టములనుబట్టి అనర్హుడు కానియెడల యిరువది సంవత్సరములు వయస్సుగలిగిన ప్రతివాడును ప్రతినిధుల నెన్నుకొనుటలో వోటువేయవచ్చును. కాని యితను యేరాష్ట్రములోనయినను మతగురువుగ నుండకూడదు. ప్రతినిధికి సగము వోట్లకంటె యెక్కువరావలయును. రెండు మూడు బాలట్లు

జరిగినను, అట్టి మెజారిటీ రానియెడల, యెక్కువవోట్లు వచ్చి నవారే ప్రతినిధులగుదురు. ప్రతినిధుల నేర్పాటుచేసికొనునిమిత్తము నియామకులకు దగినజిల్లాల నేర్పరచుకొనుట ఆయా రాష్ట్రాధికారులకే విడలివేయబడినది. అట్టి యేజిల్లాగాని రెండురాష్ట్రములకు చేరియుండకూడదు. ఇరువదివేల నియామకులకు ఒక ప్రతినిధి యుండవలెను. ప్రస్తుతము యేబదిరెండు జిల్లాలనుండి 147 గురు ప్రతినిధులు ఈసంఘమున కేర్పడిరి. ఈసంఘములో మెంబర్లు జర్మన్, ఇటాలియన్ ఫ్రెంచి భాషలలో జర్చించెదరు. వివిధభాషలలో మాటలాడుచు, వివిధజాతులు మిక్కిలి ఐకమత్యముతో రాచకార్యములు నెరవేర్చుకొనుచుండుట విచిత్రముగను, యహ్లాదకరముగను, ఉండుననుటకు సందేహము లేదు.

సంయుక్తరాష్ట్రశిష్టసభయు, ప్రజాప్రతినిధిసంఘమును వేరువేరుగ కూడుచుండును. మూడువిషయములను జర్చించునపుడుమాత్రము కలియుచుండును. (1) సంయుక్తరాష్ట్రాధికారుల యధికార తారతమ్యముల నిర్ణయించుట, (2) నేరస్తులను క్షమించుట, (3) సంయుక్తరాష్ట్రసభ మెంబర్లను సంయుక్తరాష్ట్రకోర్టు జడ్జీలను, (Federal Tribunal) ప్రథమన్యాయాధిపతిని (Federal Chancellor) సంయుక్తరాష్ట్రసేనాధిపతిని యెన్నుకొనుట.

(3) న్యాయాధికారశాఖ.

Federal Tribunal.

దీనిలో పదునలుగురు న్యాయాధిపతులుందురు. వీరు చట్టనిర్మాణశాఖవలన ఆరేసి సంవత్సరములకు ఎన్నుకొనబడె దరు. ఈన్యాయస్థానమునకు ప్రెసిడెంటు, వైసుప్రెసిడెంటు లను యీశాఖవారే రెండుసంవత్సరముల కొకసారి యేర్పాటు చేతురు. ఈకోర్టు న్యాయమూర్తులలో కొందఱు క్రిమినల్ కేసులను విచారించుటకు ఆఱు ముఖ్యపట్టణములలో నుందురు. ప్రజాద్రోహము, సంయుక్త రాష్ట్రాధికారులమీద దౌర్జన్యము, విదేశీయులతోగాని, రాష్ట్రములతోగాని కలుగు తగవులు, ఈకోర్టువారు విచారించెదరు. సంయుక్తరాష్ట్రాధికారులకును రాష్ట్రములకుగాని, రాష్ట్రములలో రాష్ట్రములకుగాని, ఒకపౌరునకును సంయుక్తరాష్ట్రమునకుగాని తగవులు తటస్థించినయెడల యీకోర్టువారే విచారించవలయును. కొంతమొత్తమునకు పైబడిన వ్యాజ్యములలో రాష్ట్రీయకోర్టుల తీర్పుల మీద యీకోర్టువారికి అప్పీలు చేసికొనవచ్చును. ఈకోర్టు వారు సంయుక్తరాష్ట్రనిబంధనవలనను, రాష్ట్రీయ చట్టముల వలనను పౌరులకీయబడిన హక్కులను కాపాడుచుందురు. వర్తకము చేసికొను స్వాతంత్ర్యము, వాణిజ్యసంబంధమైన సంధులు, ఫ్యాక్టొరీ చట్టములు, బ్యాంకునోటులు, తూనికలు,

కొలతలు, ప్రైమరీపాఠశాలలు, పట్టణ పారిశుద్ధ సంఘములు, రాష్ట్రములలో యెన్నికలు యీమొదలగు కొన్నివిషయము లలో యీహైకోర్టువారికి యధికారము లేకుండ సంయుక్త చట్టనిర్మాణ శాఖవారు చట్టముల నప్పటప్పటికి వ్యాసు చేయు చుందురు.

అమెరికా దేశములోనుండు సుప్రీము కోర్టువారికంటె వీని యధికారము తక్కువగనున్నది. చట్టనిర్మాణ శాఖవారు యేర్పఱచు ప్రతిచట్టమునుఅనుసరించియే స్విట్జర్లెండు హైకోర్టువారు తీర్పులు చేయుచుండవలయును. అమెరికా సుప్రీము కోర్టువారు, అట్టి చట్టములను చేయుటకు చట్టనిర్మాణ శాఖవారికి యధికారమున్నదాయని విచారింపవచ్చును. ఇదిగాక యీదేశములో యీకోర్టువారికి పబ్లికు ఉద్యోగస్థులమీాద నంతగా యధికారసులేదు. ఈకోర్టువారికిని సంయుక్తరాష్ట్ర సభవారికిని తగవులు తటస్థించినయెడల చట్టనిర్మాణ శాఖవారే తీర్మానము చేయవలయును.

III

ప్రజాంగీకారము, ప్రజారంభము.

ప్రజలలో కొంత సంఖ్యకు తక్కువకాకుండ నుండువారు పిటీషను పెట్టినయెడల ఏచట్టమునైనను ప్రజలయంగీకారమునకు తేవలయుననుట Optional referendum అని చె

ప్పెదరు. ప్రతిచట్టమును ప్రజలయంగీకారమునకు వారియెదుట పెట్టవలెననుట. (Oblıgatory referendum) అని చెప్పు సంయుక్తరాష్ట్ర నిబంధనలో మార్పులుకావలెనన్న నిర్బంధప్రజాంగీకారము (Oblıgatory referendum) వైకల్పిక ప్రజాంగీకారము Optıonal referendum యెనిమిది రాష్ట్రములు గాని, ముప్పదివేల జనులుగాని, కోరినయెడల అన్నిచట్టములకును కావలసియుండును. ప్రజలందఱకును కావలసిన సామాన్యచట్టములో, బడ్జెటువిదేశీయులతో సంధులు, అధికార తారతమ్యములను గుఱించిన తీర్మానములు, రాష్ట్రనిబంధనలయంగీకరించుట యీ విషయములు చేరవు.

ఈప్రజాంగీకారమును తెలిసికొనుటకు వ్యవధి యుండవలెనుగాన, చట్టనిర్మాణశాఖవారి చట్టములు ప్యాసుఅయిన తొంబది దినములకుగాని, అమలులోనికిరావు. ఎనిమిది రాష్ట్రముల చట్టనిర్మాణశాఖలు, వారివారి ప్రజల యంగీకారమును తెలిసికొనుటకంటె ముప్పదివేల జనులచే సంతకముచేయించిన పిటీషనులను పంపుటే సులభము. కాబట్టి, రాష్ట్రములే, సంయుక్తరాష్ట్ర నిబంధనలో మార్పులను కోరుట సామాన్యముగ తటస్థించదు. ఆయారాష్ట్రములలోకూడ పైనచెప్పిన రెండు విధములైన ప్రజాంగీకారములును అమలులో నున్నవి. ఈసాధనములవలన ప్రజాప్రతినిధులుచేయు చట్టములను ప్రజలకు ఇష్టములేనప్పుడు వీరు రద్దుచేయవచ్చును.

పైసాధనములతో తృప్తినొందక ప్రజలుమఱియొకసాధనము నుపయోగించుటకు హక్కుకలిగియున్నారు. వారంతటవారే నూతనచట్టములనుచట్టనిర్మాణశాఖలో ప్రవేశపెట్టగలుగుదురు. దీనిని ప్రజారంభశక్తి (Right of Initiative) యని చెప్పుదురు. కొంతమందిజనులు ఒకచట్టమును ప్రతిపాదించి తగుచట్టనిర్మాణ శాఖవారు వలదన్నను, ప్రజలందఱి యంగీకారమునకు వారి యెదుట పెట్టగలరు. వీరు తమ సంయుక్తరాష్ట్ర చట్టనిర్మాణ శాఖవారికి పిటీషను పెట్టినయెడల వారు దానిని అంగీకరించవచ్చును. లేదా నిరాకరించవచ్చును. కాని యీ ప్రజాంగీకారసాధనమును డైరెక్టుగా ప్రజలే యుపయోగించినప్పుడు, చట్టనిర్మాణశాఖవారు, ప్రజలతీర్మానమునుబట్టియే నడచుకొనవలయును, యేబదివేలమంది సంయుక్తరాష్ట్ర నిబంధనలో నొక మార్పునుగాని, లేక ఒకనూతన చట్టమునుగాని, ప్రతిపాదించుటకు హక్కుకలదు. వారు ఈమార్పుచేయుట యుచితమని చెప్పవచ్చును. లేక ఆమార్పుయొక్క చిత్తును వ్రాసి ప్రజలయెదుటపెట్టవచ్చును. ఆమార్పు ఉండవలయునని మాత్రముప్రతిపాదించినపుడు, చట్టనిర్మాణశాఖవారు దానిని నామోదించి చట్టము నొకదానిని తామేప్రవేశపెట్టి ప్యాసుచేయవచ్చును లేదా, ఆచట్టమును ప్రజలయెదుటపెట్టి, వారియంగీకారమును బడయవచ్చును. ప్రజలు ఆమార్పున కంగీకరించినయెడల చట్ట

నిర్మాణశాఖవారు, ఆచట్టమును వ్రాసుచేసి తీరవలయును చట్టమును తయారుచేయుట కూడ తనుచట్టనిర్మాణశాఖకు వదలక, ఆ చట్టముయొక్క చిత్తును తయారుచేసి, యేబదివేల ప్రజలు సంతకముచేసి, దానికి ప్రజాంగీకారమును పొందవచ్చును. ఈచిత్తుచట్టమునకు చట్టనిర్మాణశాఖవారు తమకుత్రోచిన మార్పులను ప్రతిపాదింపవచ్చును. లేక దానిని ఒప్పుకొనవలదని ప్రజలకు సలహానీయవచ్చును. ఈవిధముగనే రాష్ట్రముల లోకూడ యీరెండు సాధనములను ప్రజలుపయోగించుచున్నారు. కాని ప్రజారంభసాధనము మాత్రము, అంత జయప్రదముగను, న్యాయముగను జరుగుచుండలేదు. దీనియుపయోగముకూడ నంతగా కనుపించుటలేదు.

ఫ్రాన్సు రాజ్యాంగతంత్రము.

ఫ్రాన్సుదేశము ఒకరాజుచేత పాలింపబడు చుండుటలేదు. ప్రజాస్వామికమే యీదేశమును రాజ్యముచేయుచున్నది. ఈదేశపు రాజ్యనిబంధన అమెరికా సంయుక్తరాష్ట్రములలోవలెగాక, కొన్ని చట్టములలో నిమిడియున్నది. వివిధరాజ్యాంగముల యధికారములు ప్రజల కుండవలసిన సహజహక్కులు యెచ్చోటను స్పష్టముగ వివరించబడలేదు. 1875 వ సంవత్సరములో రాజ్యపరిపాలననుగుఱించి మూడుచట్టములు పార్లమెంటులో ప్యాసు చేయబడినవి. ఈరాజ్యనిబంధనలోని సూత్రములను పార్లమెంటులోనుండు రెండుసంఘముల వారును ఒకచోట సమావేశమై మార్చవచ్చును. కాని ప్రజాస్వామిక రాజ్యతంత్రమునుమాత్రము యెన్నటికిని తీసివేయకూడదని స్పష్టముగా వ్రాయబడి యున్నది. ఈఒక్క విషయములో తప్ప తక్కినసమస్త విషయములలో ఆంగ్లేయ పార్లమెంటుకుగల యధికారమంతయు ఫ్రెంచిపార్లమెంటు వారికి (National Assembly) కూడగలదు.

I

శాసననిర్మాణశాఖ.

పార్లమెంటులో రెండు సంఘములున్నవి. (1) శిష్టసభ (Senate) (2) ప్రజాప్రతినిధిసంఘము (Chamber of

Deputies) ఈ రెండవసంఘమునకు ప్రతినిధులను యేర్పాటుచేసికొనవలసిన నియామకులు 21 సంవత్సరములు తక్కువకాని వయస్సుగలవారును కొన్ని నేరములకు శిక్షింపబడని వారును యిన్సాల్వెంటులు కానివారును మఱియొకరి సంరక్షణలో నుండనివారును, సేన నావికాబలములలో ఉద్యోగియులుగ నుండనివారును అర్హులు. ప్రతినిధులుగ నుండువారు, నియామకత్వమునకు యోగ్యులై 25 సంవత్సరములకు తక్కువగాని వయస్సుకలవారై యుండవలెను. ఇంతకుపూర్వము, యీ దేశమును పరిపాలించిన రాజకుటుంబములతో సంబంధించినవారెవ్వరును ప్రతినిధులుగ నుండకూడదు. సర్కారు ఉద్యోగస్థుడు తానున్న జల్లా తరఫున ప్రతినిధిగ నుండకూడదు. ప్రతినిధిగ నుండవలెనని కోరికగల ప్రతిగవర్నమెంటు ఉద్యోగియు ముందుగా తనపనికి రాజీనామా నీయవలయును. మంత్రిగగాని, అండరు సెక్రటరీగగాని యుండిననే తప్ప, పార్లమెంటులోని ప్రతినిధి, గవర్నమెంటు ఉద్యోగమును స్వీకరించిన తోడనే, పార్లమెంటులో కూర్చొనుటకు వలనుపడదు.

రెండవ శాఖయగు ప్రజాప్రతినిధి సంఘము నాలుగు సంవత్సరముల కొకసారి ఛిద్రమై నూతనప్రతినిధు లెన్నుకొనబడుచుండవలయును. దీనిలో 576 మెంబర్లుందురు. వీరిలో పదిమంది ఫ్రెంచి వలస రాష్ట్రములకును ఆరుగురు ఆల్జీయర్సు

అనుదేశమునకును ప్రతినిధులుగ తక్కినవారు ఫ్రాన్సుదేశమునకును నున్నారు. ఫ్రాన్సుదేశము 86 జిల్లాలు (Departments) గ విభజింపబడి, ఆయాజిల్లాలు వారు తమ జనసంఖ్యనుబట్టి ప్రతినిధులను పంపు చుందురు.

మొదటిసంఘమైన శిష్టసభలో 300 మెంబర్లు కలరు. ఆయాజిల్లాలలో నుండు జనసంఖ్యనుబట్టి అవి పంపించు ప్రతినిధులసంఖ్య మారుచుండును. ఈప్రతినిధులు 9 సంవత్సరముల వరకు మాత్రము శిష్టసభలో మెంబర్లుగ నుందురు. మూడు సంవత్సరముల కొకసారి వీరిలో మూడవవంతు వెడలిపోవుచుండు, నూతనమెంబర్లు యెన్నుకొనబడుచుందురు. ఒక్కొక్క జిల్లాలోనుండు ప్రజాప్రతినిధిసంఘ సభ్యులు, జనరల్ కౌన్సిలు మెంబర్లు, మ్యునిసిపల్ కౌన్సిళ్ళవలన నియమింపబడు ప్రతినిధులు—వీరందఱు కలసి ఒక సంఘముగ నేర్పడి (Electoral college) యీశిష్టసభ మెంబర్లను యెన్నుకొనుచుందురు. ఈ మెంబరు నలుబది సంవత్సరములకు లోపు వయస్సుగలవాడుగ నుండకూడదు. ప్రజాప్రతినిధి సంఘములోని (Chamber of Deputies) మెంబర్లకుండవలసిన యోగ్యతలే యీశిష్టసభ మెంబర్లకును ఉండవలసినదే.

శిష్టసభకును, ప్రజాప్రతినిధి సంఘమునకును సమానమైన శాసన నిర్మాణాధికారము కలదుగాని రాజద్రవ్య సంబం

ధమైన బిల్లులుమాత్రము రెండవసంఘములోనే ముందుగ ప్ర వేశపెట్టవలెను. శిష్టసభకు రెండు ముఖ్యమైన యధికారము లున్నవి. (1) ప్రెసిడెంటుగారు ప్రజాపతి నిధిసంఘమును ఛిద్రముచేయవలెనన్న శిష్టసభవారి యంగీకారము తీసికొన వలసియున్నది. ప్రెసిడెంటుగారు పార్లమెంటు కూడకుండగ నే, నిరంకుశాధికారము వహించునేమోయని యీయేర్పాటు చేయబడినది (2) ప్రెసిడెంటుగారును, ఆయన మంత్రిసంఘ మును రాజద్రోహులను విచారించి శిక్షించుటకు శిష్టసభవా రిని ఒక హైకోర్టుగ నేర్పాటుచేయవచ్చును. ఇట్టి యధికార ములున్నను, యీసభకు రెండవసంఘమునకున్నంత పలుకుబ డి యుండదు. ప్రజాప్రతినిధి సంఘములోని మెజారిటీనిబట్టి ప్రెసిడెంటును ఆయన మంత్రులును నడచుకొనుచుందురు. తమకు వ్యతిరేకముగ యీసంఘములో మెజారిటీవారు వ్హో టువేయగనే, తమపదవులకు రాజీనామాల నిచ్చెదరు. కాని, యీశిష్టసభవారు, ఆంగ్లేయప్రభు సంఘముకంటె తెలివిగల వారును, ప్రజల ప్రతినిధులు నగుటచేత కొంతవరకు గౌరవ మును సంపాదించుకొనుచునే యున్నారు.

II
కార్యనిర్వాహకశాఖ.

ఈరెండుసభలు కూడినపుడు, వీరి జాయంటుసభను (National Assembly) అని వాడెదరు. ఈజాయంటుసభ

రాజ్యనిబంధలలోకూడ మార్పులు చేయగలదు. ప్రెసిడెంటు గారిని యెన్నుకొను అధికారము దీనియం దేర్పరచబడినది. ప్రెసిడెంటుగారు యేడుసంవత్సరముల కొకసారి యెన్నుకొనబడుచుండును. ఈయన యీదేశమును పూర్వము పరిపాలించిన రాజకుటుంబములలో చేరినవాడుగ నుండకూడదు. ఈదేశములో కార్యనిర్వాహక శాఖకంతకును యీయనే అధ్యక్షుడు. గొప్ప యుద్యోగీయుల నందఱినియీయ నేనియమించును. చట్టముల నమలులో పెట్టును. పార్లమెంటులో ప్యాసుచేయబడిన చట్టములను నిరాకరించు నధికారము యీయనకు లేదు. కాని, తిరిగి ఆలోచించమని వానిని త్రిప్పివేయవచ్చును. ఈ యధికారము నెప్పుడు చెలాయించినట్లు కనుపడదు. శిష్టసభవారి యంగీకారముతో ప్రజాప్రతినిధి సంఘమును ఛిద్రముచేయవచ్చును. ఈయధికారముకూడ గడచిన నలువది సంవత్సరములలో నెప్పుడు నుపయోగించలేదు. ఈయన పరరాజులతో సంధులను చేయవచ్చును. గాని, యుద్ధాంతమందు సంధులను వాణిజ్యసంబంధమైన సంధులను, దేశమునకు ద్రవ్యనష్టము కలుగజేయు సంధులును, పరరాష్ట్రములలో ఫ్రెంచిదేశస్థుల ఆస్తిస్వాతంత్ర్యములకు భంగముకలుగు సంధులును, పార్లమెంటువారి యనుమతి లేనిదే యీయన స్వతంత్రించి చేసికొనగూడదు. యుద్ధమును చాటించుటకు పార్లమెంటువారియుత్తరువును తీసికొనవలయును.

అమెరికా సంయుక్తరాష్ట్రముల ప్రెసిడెంటువలె గాక, యీ దేశపు ప్రెసిడెంటుగారు తనయిష్టమువచ్చినటుల తనయధికారమును చెలాయించుటకు వీలులేదు. యీయన తనమంత్రిసంఘముచేతిలో నుండకుండుటకును నిరంకుశాధికారి కాకుండుటకును, రాజద్రోహముతప్ప, యీయనచేయు కార్యములలో దేనికిని జవాబుదారుడు కాకుండునట్లు, రాజ్యనిబంధనలో నేర్పాటుచేయబడినది. ఆంగ్లేయరాజువలెనే తాను ప్రచురించు ప్రతికాకితముమీదను, తనతోకూడ నొక మంత్రియైనను దస్కతు చేయుచుండవలెను. మంత్రిసంఘము వారి యాలోచనల (cabinet) లో, ఈయన చేరడు. కొన్ని ముఖ్యమైన విషయములను చర్చించునపుడు యీయన హాజరైయున్నను మంత్రులు చేసికొను తీర్మానములతో నీయనకెంత మాత్రము సంబంధములేదు. ఆమంత్రులనుమాత్రము యీయనే యేర్పాటుచేసికొనును. ఇంగ్లాండులోనుండు ప్రివికౌన్సిలువలెనే యీదేశములోకూడ నొకటి కలదు. దీనిని (Council of state) అని పిలచెదరు. దీనిలోనుండు మెంబర్లను ప్రెసిడెంటుగా రేర్పాటుచేసెదరు. తీసివేసెదరు. పార్లమెంటువారు కోరినయెడల వీరు తమకుతోచిన సలహాల నిచ్చెదరుగాని వీరికి రాజ్యపరిపాలనలో యేవిధమైన యధికారము లేదు.

ప్రెసిడెంటుగారి మంత్రులలో నొక్కొకరు ఒక్కొక డిపార్టుమెంటుకు అధ్యక్షుడుగా నేర్పాటుచేయబడును. ప్రస్తుతమందు 11 డిపార్టుమెంటులు కలవు. (1) ఫ్రాంసుదేశసంబంధమైన విషయములు, మతము (2) న్యాయాధికారము (3) విదేశసంబంధమైన విషయములు (4) రాజస్వము (5) యుద్ధము (6) నావికాబలము (7) విద్య, కళలు (8) పబ్లీకు వర్కు స్ (9) వాణిజ్యము, చేతిపనులు, తపాలా, తంతి (10) వ్యవసాయము (11) వలసరాజ్యములు ఈమంత్రులందఱు జాయంటుగాను, తమరు వేరువేరుగ చేయుపనులకు విడివిడిగాను, పార్లమెంటువారికి జవాబుదారులై యుండవలసినదని రాజ్యనిబంధనలో చెప్పబడియున్నది. వీరు పార్లమెంటులో, ప్రతినిధులైననుఁ కాకపోయినను, అచ్చట మాట్లాడవచ్చును. ఆంగ్లేయమంత్రులు, పార్లమెంటుకు ప్రతినిధులుగ జనులచేత పంపబడిననే తప్ప, అట్లు మాట్లాడుటకు వీలులేదు. ఇక్కడిమంత్రులకు ఆంగ్లేయమంత్రులకంటె యెక్కువ అధికారము కలదు. ఈదేశములో న్యాయాధికారశాఖ, కార్యనిర్వాహకశాఖలో నొక భాగమేయని చెప్పవచ్చును. అధికార విభజనకంటె (Decentralization) కేంద్రాధికారమే (Centralization) హెచ్చుగనున్నది. దీని యర్థము యిక్కడి స్థానిక ప్రభుత్వమువలన తేటపడగలదు.

III

స్థానిక ప్రభుత్వము.

ఫ్రాన్సుదేశము 86 డిపార్టుమెంటులుగ విభజింపబడి యున్నదని యిదివరకే చెప్పియున్నాము. ప్రతిడిపార్టుమెంటుకు ఒకగవర్నరుండును. ముందుగానీయనను స్వదేశవిషయము లను చూచుచున్న మంత్రిగారిచేత నియమింపబడిన తరువాత ప్రెసిడెంటుగారు ఖాయపరచెదరు. ప్రెసిడెంటుగారి కిష్టము లేనపుడు, యీయన తీసివేయబడవచ్చును. మంత్రులు మారి నపుడు యీగవర్నరుకూడ మారుచుండును. దేశమంతకును సంబంధించిన విషయములలో గవర్నమెంటు వారికి ఏజం టుగానుండును. తనజిల్లాకు కార్యనిర్వాహకాధ్యక్షుడుగకూడ నున్నాడు. తన ఏజెంటు హోదాలో, వివిధరాచకార్యము లలో వేరువేరు మంత్రులతో నుత్తరప్రత్యుత్తరములు నడు పుచు, చట్టములనమలులో పెట్టనపుడు మంత్రులయాజ్ఞలకు లోబడి పనిచేయుచుండును. కాని తనజిల్లాలో, పోలీసు వ్యవ హారములలోను, తనక్రిందిస్థానిక సంఘవిషయములలోను, తన స్వంత జవాబుదారితో పనులు నెరవేర్చుచుండును. చట్టము లకు వ్యతిరేకముగ నడచినపుడే గవర్నమెంటువారు యీయన ఆర్డర్లను త్రిప్పివేయుదురు. తనకు సంపూర్ణాధికారముగల విష యములలోకూడ గవర్నరుగారు, మంత్రులసలహాను తీసికొను చుండుటకూడకలదు.

స్థానికవిషయములలో, యీగవర్నరుగారు, Prefect ఒక ఆలోచన సభవారితీర్మానముల నమలులో పెట్టుచుండును. ఈసభలోని మెంబర్లచేత ఆఱు సంవత్సరములకొకసారి ప్రజలతాలూకాకు canton ఒక్కరుచొప్పున యెన్నుకొనబడుచుందురు. వీరిలో సగముమెంబర్లు ప్రతిమూడు సంవత్సరములకును తమ సభ్యత్వమును వదలివేయవలయును. ఈసభవారు, స్థానిక విషయములలోమాత్రమే జోక్యము కలుగచేసికొనవలెను. వీరి తీర్మానములను ప్రెసిడెంటుగారు త్రోసివేయవచ్చును. ఆయన యంగీకారములేనిదే, వీరి ఆదాయ వ్యయముల పట్టి (budget) ప్యాసుకానేరదు. గవర్నరుగారే, తనతాబేదార్లనందఱిని యేర్పాటుచేసికొనును.ఏమాత్రముసొమ్ముఖర్చుచేయవలెనన్నను,ఆయనయుత్తరువుండవలెను. ఈయనముందుగా రిపోర్టుపంపినసేగాని, ఆలోచనసభవారు యేవిషయములోను జోక్యము కలుగజేసికొనుటకు వలనుపడదు. ఈ సభ సంవత్సరమునకు రెండుసార్లు కలియును. అతి జరూరు పనులు తటస్థమైనపుడు, యెక్కువసారులు, కూడవచ్చునుగాని ప్రతిదఫాను, ఒక్కొక వారముకంటె యెక్కువకాలముండ కూడదు. గవర్నరుగారు తన కిష్టము వచ్చినపుడు, యీసభను ఛిద్రము చేయువచ్చును.

ఈ దేశము చట్టనిర్మాణశాఖ ప్రతినిధుల యెన్నికలకు

86 డిపార్టుమెంటులుగ విభజింపబడుటయే గాక, స్థానిక ప్రభుత్వమునకు వీలగునటుల మఱికొన్ని చిన్నభాగములు యేర్పడినవి. ఒక్కొక భాగమునకు, ఒక చైరుమాను (Mayor) ఒక కౌన్సిలు (Commune) ఉండును. ఈ చైరుమన్‌గారు గవర్నరుగారివలెనే, గవర్నమెంటుకు యేజెంటుగ నుండి కార్యనిర్వాహణము చేయుచుండును. ఈయన తన కౌన్సిలుచేత యెన్నుకొనబడవలయును. కార్యనిర్వాహణాధికారములో, గవర్నరుకు లోబడియుండవలయును. ఈయనను గవర్నరు ఒక మాసము సస్పెండుచేయవచ్చును. మంత్రిగారు మూడుమాసములవరకు సస్పెండుచేయవచ్చును. ప్రెసిడెంటుగారు యీయనను పనిలోనుండితగ్గించవచ్చును. కౌన్సిలు మెంబలున్ (Communes) ఆఱుగురు మొదలు ముప్పదియాఱుగురువరకు నుందురు. నాలుగు సంవత్సరముల కొకసారి ఆయాభాగముల ప్రజలచే నెన్నుకొనబడుదురు. గవర్నరుగారు యీకౌన్సిలును ఒక మాసము వరకు సస్పెండుచేయవచ్చును. ప్రెసిడెంటుగారు, తమ కిష్టమువచ్చినపుడు దీనిని ఛిద్రముచేసి రెండు మాసములవరకు ఒక కమిటీచేత రాచకార్యములు నెరవేర్పించుకొనుచు క్రొత్త మెంబర్లను యెన్నుకొనవలయునని ప్రజల కాజ్ఞాపించవచ్చును.

పైనచెప్పిన విషయములను బట్టి యీదేశములోని కార్యనిర్వాహక శాఖకు, కొంతవరకు నిరంకుశాధికారము కలిగియున్నట్టు స్పష్టపడుచున్నది. ఇదిగాక, పార్లమెంటులో ప్యాసుచేసిన చట్టములలో స్పష్టముగా చెప్పనివిషయములలో కార్యనిర్వాహక శాఖవారు క్రొత్త నిబంధనలను చేయుచుందురు. పార్లమెంటులో ప్యాసయిన బడ్జటు ప్రకారము కార్యనిర్వాహక శాఖవారు వ్యయముచేయరు. ప్రెసిడెంటుగారుతమ మంత్రివర్గముతో సంప్రదించి బడ్జటులో నుదాహరించని కొన్ని విషయములలో ధనము వ్రయపరచవచ్చును. పార్లమెంటు కూడనపుడు, అగత్యమైన సమయములో గవర్నమెంటువారు అధిక ధనమును వ్రయపరచుటయు, ఇతరులవద్ద అప్పులుకూడ తీయుటయు, సంభవించుచుండును.

IV

న్యాయస్థానములు.

ఈ దేశములో రెండు తరగతుల న్యాయస్థానము లున్నవి. మొదటి తరగతివానిలో ప్రజలలో ప్రజలకు గలుగు తగాదాలు పరిష్కరింపబడును. వీనిని సామాన్యకోర్టు (Ordinary courts) లని పిలువవచ్చును. రెండవతరగతి కోర్టులో గవర్నమెంటు ఉద్యోగి పార్టీగానున్నట్టియు, గవర్నమెంటువారు జరిగించిన కార్యములు న్యాయమయినవా కావా

యను విషయముల నాలోచించవలయునట్టియు కేసులు విచారించబడును. వీనిని Administrative courts లని పిలచెదరు. ఈ రెండవతరగతి కోర్టులో న్యాయాధిపతులు, గవర్నమెంటులోని కార్యనిర్వాహక శాఖోద్యోగియులుగ నుందురు. కాబట్టి యీ దేశములో సామాన్య మానవునికి ఒక న్యాయమును గవర్నమెంటు ఉద్యోగికి ఒకన్యాయమును కలదు. కార్యనిర్వాహకశాఖ న్యాయాధికారశాఖకు లోబడక, తన కోర్టులలోనే తన కిచ్చకువచ్చినటుల న్యాయమును పొందవచ్చును. కనుక యీ కోర్టులు కార్యనిర్వాహకశాఖలోనొక భాగమేయని యెంచవచ్చును. సామాన్య కోర్టుల జడ్జీలను హైకోర్టువారి యుత్తరవులేనిదే తీసివేయబడుటగాని మార్చబడుటగాని జరుగకూడదు. రెండవతరగతి కోర్టుజడ్జీల ప్రెసిడెంటుగారు, అకారణముగ తీసివేయవచ్చును. రాజకీయవిషయములలో ప్రజలకును పరిపాలకులకును తగాదాలు కలిగినపుడు పక్షపాతము లేకుండ న్యాయము దొరకుట దుర్లభము.

పై రెండు తరగతుల కోర్టులకు విచారణాధికార విషయములలో వైరుధ్యము కలిగినపుడు, దీనిని తీర్మానించుటకు ఒక హాయికోర్టు యేర్పరచబడియున్నది. దీనిని Court of conflicts అని పిలచెదరు. న్యాయాధికార శాఖాధ్యక్షుడును, (Minister of justice) మా

మూలు కోర్టులను, పెద్దకోర్టుఅయిన Court of cassation అను దానిలోనుండి యెన్నుకొనబడిన ముగ్గురు జడ్జీలును, Administrative courts లో పెద్దకోర్టుఅయిన Council of state అను దానిలోనుండి యెన్నుకొనబడు ముగ్గురు జడ్జీలను పైయేడుగురువలన నియమించుకొనబడు మరియిద్దరు జడ్జీలును కలసి యీ Court of conflicts యేర్పడుచున్నది. దీనిలో న్యాయాధికారశాఖాధ్యక్షుడుగాక, తక్కిన జడ్జీలు మూడు సంవత్సరములకు మాత్రమే వారి వారి కోర్టులవలన నియమింపబడుచుందురు. ఈ విచారణాధికారమును గురించిన సారాంశమును గవర్నమెంటు ఉద్యోగస్థుల సంరక్షణకొరకే గనుక వారు కోరుకొన్ననే తప్ప ఒకప్రయివేటుపార్టీ అడుగుటకువలనుపడదు. కాబట్టి, యీదేశములో నింగ్లాండులో నున్నంత న్యాయసమత్వమును న్యాయవిధియందుండవలసిన గౌరవమును లేదు.

ఇక్కడి కార్యనిర్వాహక శాఖకు, చట్టనిర్మాణసంఘములోను, న్యాయాధికారశాఖలోను, స్థానిక ప్రభుత్వములోను, యింగ్లాండు దేశములోకంటె నెక్కువ యధికారమున్నది గనుక యిక్కడి మంత్రివర్గము, మిక్కిలి బలముగనైనను లేక మిక్కిలి బలహీనముగనైనను యుండవలెను. ఈ మంత్రివర్గము వారిని, వారి స్థానములలోనుంచునవి ప్రజాప్రతినిధుల

వారు గనుక, యీప్రతినిధులు (Deputies) నిరంకుశ ప్రభు వులై తమ కిచ్చకువచ్చినటుల బయటి ప్రజాభిప్రాయమునకు వ్యతిరేకముగా కూడ తీర్మానములుచేయుచు స్వప్రయోజన పరులై పలుమారు తమ మంత్రివర్గమును మార్చుచుందురు. ఈ దేశ రాజ్యాంగతంత్రము, పేరునకు ప్రజాస్వామికమయి నను నిజముగ నొకచక్రవర్తిచేత పరిపాలింపబడు సామ్రాజ్య పరిపాలన లక్షణములన్నియు కలిగియున్నది.

జపాను రాజ్యాంగ తంత్రము.

జపానుదేశము పదునేను శతాబ్దమునుండి యిప్పటిచక్రవర్తి వంశమువారిచేతనే పాలించబడుచున్నది. వీరు మొదటినుండియు నిరంకుశప్రభువులే కాని, చిరకాలమునుండి, వంశపారంపర్యపు హక్కులలో కొన్ని మంత్రికుటుంబములు సంపూర్ణ రాజ్యాధికారమును తమచేతులలో నిడుకొని, సతారా రాజులపేరుమీద పీష్వాలు యేవిధముగా రాజ్యము చేసిరో, అంతనిరంకుశముగ వీరును రాజ్యము చేయుచుండిరి. ప్రజలందరకు మాత్రము చక్రవర్తులయెడల భక్తివిశ్వాసము లెన్నటికిని తప్పలేదు. దేశములో చాలభాగము సామంతరాజులచేత నాక్రమింపబడియుండెను. ఆయామండలములలో వీరు నిరంకుశముగ రాజ్యము చేయుచుండిరి. కాని వీరు పరరాజులతో యుద్ధములుగాని సంధులుగాని చేయకూడదు. తమపేర నాణెములను చేసికొనగూడదు. పట్టణములలోను, పల్లెలలోను నుండు జనులు పూర్వమునుండియు కొంతవరకు స్థానిక స్వపరిపాలనా స్వాతంత్ర్యముల ననుభవించుచునే యుండిరి.

పాశ్చాత్యఖండవాసులు వర్తకవ్యాపారమునకు జపానుదేశము రాజొచ్చిరి. వారితో జపానుచక్రవర్తిగారి మం.

త్రులు తమదేశమునకు నష్టముకలుగు సంధులను చేసికొనవల
సివచ్చినది. దీనివలన దేశవాసుల కనేకయిబ్బందులు సంభవిం
చెను. తుదకు ప్రజలలో కలవరము కలిగి మంత్రివర్గమువారి
మీాద తిరుగబడిరి. వీరికి జగడము జరుగుచుండగా 1867 వ
సంవత్సరములో అప్పటి మంత్రియు చక్రవర్తియుకూడ చని
పోయిరి. ఆచక్రవర్తిగారికొమారుడును, 13 సంవత్సరములు
యీాడుగల వాడునగు మచ్చు హీటోయును నతనిని చక్రవర్తి
గా యేర్పరచి వంశపారంపర్యపు హక్కులు తమకుకలవని చె
ప్పుకొను మంత్రివర్గమును తీసివేసి నిరంకుశప్రభుత్వమునే స్థా
పించుకొనిరి. ఈచక్రవర్తిగారే, రెండుమూడు సంవత్సరము
లక్రిందటివరకు దేశమును మిక్కిలిసమర్థతతో పరిపాలించి చ
నిపోయిరి. ఈచక్రవర్తిగారు సింహాసనాసీనులైనతరువాత
అంతకుపూర్వము పాశ్చాత్య దేశములకుపోయి విద్యనేర్చుకొ
నివచ్చిన కొందరు యువకులు చక్రవర్తిగారికి సలహాకారులై
పాశ్చాత్య పద్ధతులనే యవలంబించినగాని దేశాభివృద్ధికి భం
గముగలుగుటయేగాక, దేశము పాశ్చాత్యులపాలగునని దృఢ
ముగానమ్మి రాజ్యాంగపద్ధతులను మార్చజొచ్చిరి. 1868 సం॥
మార్చి 4వ తారీఖున చక్రవర్తిగారు ప్రమాణముచేసి యీా
దిగువ నుదాహరించిన అయిదు రాజనీతిసూత్రములను చా
టించిరి.

1 బహుజనాభిప్రాయము ననుసరించి రాజ్యపరిపాలనము జరిగించవలెనన్న కార్యాలోచనసభలు విశాలమయిన పునాదులమీద విరివిగ స్థాపింపబడవలయును.

2 సంఘములోనుండు నన్నితరగతులవారి నైకమత్యము సమకూర్చుట చిక్కుసమయములలో ప్రభుత్వమువారి విధియై యున్నది.

3 వీరు వారని భేదములేకుండ సమస్తజనులను సమభావముతోఁ జూచుచు కోరికలను సాధ్యమయినంతవరకు సఫలీకృతముగ ప్ర భుత్వమువారు చేయవలయును.

4 అనుపయోగకరమయిన ఆచారములను కట్టిపెట్టి కార్యాచరణలో న్యాయము ధర్మము ప్రధానముగ నుంచుకొనవలయును.

5 విద్యాభ్యాసము, జ్ఞానము ప్రపంచములోనుండు దేశములన్నిటినుండియు, జపానుసామ్రాజ్యము దినదినాభివృద్ధికిరావలెనన్న, తెచ్చుకొని తీరవలయును.

జపానుదేశములో ననేక సామంతరాజులుండుట దేశాభివృద్ధికి భంగకరమనియెంచి, వారిలో కొందఱు తమమండలములను సేనలను చక్రవర్తిగారి స్వాధీనముచేసెదమని ఒకపత్రికను ఆ 1869వ సం॥ మార్చి 5వ తారీఖున ప్రచురించిరి. వీరిలో మరికొందఱు క్రమక్రమముగ చేరుటచేత, వీరిప్రార్థనను

చక్రవర్తిగారు అంగీకరించి సామంతప్రభువులందరు చక్రవర్తిగారి ఆజ్ఞలకు లోబడి ఆయనకు దాబేదారులుగ నాయా మండలములను పరిపాలింప జొచ్చిరి. శివిలు మిలిటరీ యధికారమంతయు చక్రవర్తిగారియందే యుంచబడెను. ఆయనయే ఆయామండలములలో ప్రతియుద్యోగస్థుని నేర్పాటుచేయవలయును. ఇంత గొప్పమార్పును చేయించినవారిలో కొద్దికాలము క్రిందటివరకు మంత్రిపదవువహించిన మార్క్వెస్ అయిటో గారును, ప్రస్తుతమందు మంత్రిగానున్న కౌంటుఒకూమాగారున్ను, ప్రపంచము నంతకు యిటీవల పరిచయులయిరి.

ప్రతిసంవత్సరము అనేకమంది స్త్రీపురుషులుపాశ్చాత్య దేశములకు పోయి పలువిధములైన విద్యలనభ్యసించి వచ్చుచుండుటవలన పూర్వాచార పరాయణులకును, నవనాగరికులకును వైషమ్యములు బయలుదేరి తుదకు 1877 వ సంవత్సరములో గొప్పఅంతఃకలహము సంభవించి తుదకు అధిక రక్తపాతముతో నవనాగరీకులే జయమొందిరి. రాజ్యపరిపాలనలో ప్రజా ప్రతినిధి సంఘములుండవలయుననియు చక్రవర్తిగారు తాను మొదటచేసిన వాగ్దానమును మఱువకూడదనియు ఆయనకు ఒకవిజ్ఞాపన పత్రిక పంపబడెను. అప్పుడు ప్రతిమండలములో ప్రజాప్రతినిధిసంఘము లేర్పాటు చేయవలెననియు, దేశమంతయును ఒక పార్లమెంటును స్థాపించి పరిపాలన

లో ప్రజలు స్వయముగ సౌఖ్యము కలుగజేసికొనుటకు ఒక నిబంధన 1891 సం॥లో బయలువెడలుననియు చక్రవర్తిగారు వాగ్దానము చేసిరి. ఈ లోపుగ జపానీయులలో ననేకమంది పాశ్చాత్యఖండవాసుల నన్నివిధములయిన కళలలో మించి దేశమంతటను పాఠశాలలను, కాలేజీల నేర్పఱచి, సేన నావికా బలములను బలపరచి వాణిజ్యమును పెంపొందించి చేతిపనుల నభివృద్ధిచేసి దేశమును అత్యున్నతదశకు తీసికొనివచ్చిరి. జపానురాజ్య తంత్రిజ్ఞులు పాశ్చాత్య న్యాయశాస్త్రముల ననుసరించి తమ శివిలు, క్రిమినలు చట్టములను తయారుచేసిరి. రాజస్వమును అన్నివిధముల వృద్ధిచేసి, అవసరమయిన ఖర్చులను తగ్గించిరి. దేశమంతటను, రైల్వేలు, టెలిగ్రాఫులు, పోస్టుఆఫీసులు, రోడ్లు, ఓడరేవులు మొదలగునవి స్థాపించిరి. పెద్దయుద్యోగములన్నియు పరీక్షలలో తేరినవారికేయిచ్చుటకు యేర్పాటుచేసిరి. అనేకమందివిద్యార్థులను యూరపు అమెరికా ఖండములకు పంపి సమస్తకళలను శాస్త్రములను నేర్పించిరి. గొప్పగొప్ప యుపాధ్యాయులను పరదేశమునుండి తెప్పించిరి. మార్క్విస్ కౌంటు, వైకౌంటు, బారన్ అనేబిరుదులేర్పాటుచేయబడినవి. మార్క్విసు అయిటోగారు స్వయముగ పాశ్చాత్యఖండములలో స్థాపింపబడిన రాజ్యాంగతంత్రములను సావధానముగా తెలిచి తనదేశమునకు తగినట్టి రాజ్యనిబం

ధనను తయారుచేసిరి. ఇది ఆంగ్లేయరాజ్యాంగ తంత్రమునకంటె జర్మనీదానినే యెక్కువగ పోలియున్నది.

ప్రతినిధులును, నియామకులును కనీసము 25 సంవవత్సరముల వయస్సుగలవారై సంవత్సరమునకు 15 రూపాయీల పన్నును చెల్లించువారుగ నుండవలెను. శాసననిర్మాణశాఖలో (Diet) రెండు సంఘములున్నవి. మొదటిదానిలో కొందఱు మెంబర్లు జనులచేత నెన్నుకొనబడువారును, కొందఱు వంశపారంపర్యపు హక్కులు కలవారును,కొందఱుచక్రవర్తిగారిచేత నియమింపబడినవారును నుందురు. రెండవసంఘములో జనులచేత నెన్నుకొనబడువారు మాత్రమేయుందురు. మూడువందల ప్రతినిధులు గలరు. పాశ్చాత్యదేశములలో నున్నంత స్వాతంత్రమంతయు యిక్కడిజనులకు నీరిరాష్ట్రనిబంధన యిచ్చుచున్నది. పార్లమెంటువారికి సంపూర్ణమైన శాసననిర్మాణాధికారమును, పన్నులనువిధించు ఖర్చుచేయునధికారమును కలిగించినది. చక్రవర్తిగారికి మామూలుగ నిబంధనానుకూలపరిపాలన యుండునట్టి యధికారములు అనగా తనయుద్యోగస్థులకు జీతములనేర్పాటుజేయుట, యుద్ధమునుచాటించుట, సంధులను చేసికొనుట, యుద్యోగీయుల నేర్పరచుట, తీసివేయుట, చట్టములకు తనయంగీకారము లొసంగి వానినమలులో పెట్టుట,బిరుదుల నొసంగుట, కొన్నిసమయములలో

తాత్కాలికముగ కొన్నినిబంధనల నేర్పాటుచేయుట, యీ మొదలగు నధికారములు కలవు.

మంత్రివర్గమువారు చక్రవర్తికేగాని పార్లమెంటుకు జవాబుదారులుకారని రాష్ట్రనిబంధనలో నుదహరించినప్పటికి ఆచరణలో పార్లమెంటువారి యభిప్రాయములకు భిన్నముగ వారు నడుచుకొనుచుండుటలేదు. చక్రవర్తిగారికి సలహానిచ్చుటకు ప్రీవికౌన్సిలుఅను సభయు, కార్యనిర్వాహణమునకు కాబినటు అనుమంత్రివర్గమును, యేర్పడియున్నవి. ఈకార్యనిర్వాహకశాఖలో తొమ్మిది డిపార్టుమెంటులున్నవి— (1) విదేశీయులతో సంబంధించిన వ్యవహారములు (2) స్వదేశపరిపాలనవిషయములు (3) రాజస్వము (4) యుద్ధము(5)నావికాబలము (6) విద్య (7) వ్యవసాయము (8) వాణిజ్యము (9) టెలిగ్రాఫుపోష్టురైల్వే మొదలగునవి. ఈడిపార్టుమెంటుల అధ్యక్షులే కాబినెటుసంఘముగా కూడి ప్రధానిమంత్రిక్రింద పనిచేయుచుందురు.

న్యాయస్థానములు నాలుగు తరగతులుగ భాగింపబడియున్నవి. (1) జిల్లాకోర్టులు వీనిలోనొక్కొక జడ్జీయుండును (2) లోకల్ కోర్టులు వీనిలో ముగ్గురుజడ్జీలు కలసి కూర్చొని పనిచేయుదురు. (3) అప్పీలుకోర్టులో వీనిలో అయిదుగురుజడ్జీలుందురు. (4) సుప్రీముకోర్టులు వీనిలో యేడుగురు జడ్జీలుం

గురు. గొప్పగొప్ప పరీక్షలలో కృతార్థులయినవారికే యీపదవులు దొరకును. వీరిని గవర్నమెంటుతమ యిష్టమువచ్చినటుల తీసివేయుటకు వలనుపడదు.

స్థానికపరిపాలనాసౌకర్యమునకు దేశమంతయు 47 పరగణాలుగను 653 కౌంటీలుగను 48 పట్టణములుగను 14734 జిల్లాలుగను భాగింపబడియున్నది. వీనికన్నిటికి ప్రజాప్రతినిధులుగల సంఘములును ప్రెసిడెంటులును గలిగిస్వతంత్రముగ జనోపయోగకరమగు కార్యములు చేయుచున్నవి.

జపానురాష్ట్రనిబంధనలోని ముఖ్యమయిన విషయములను యీక్రింద నుదాహరించుచున్నాను.

అధ్యాయము.

I

చక్రవర్తి.

1 జపానుసామ్రాజ్యము ఒకచక్రవర్తిచే నెప్పటికిపరిపాలించబడుచుండవలయును.

2 చక్రవర్తి వంశపారంపర్యపు హక్కుగలవాడయి, యీాయన వంశమునకేర్పడిన చట్టముప్రకారము సింహాసనము నధిష్టించుచుండవలయును.

3 చక్రవర్తి దైవసంభూతుడు గనుక ఆయనయాజ్ఞనెవ్వరు నతిక్రమించకూడదు.

క్రవర్తి సామ్రాజ్యమున కంతకును ప్రధానవు డు కావునప్రభుత్వపు హక్కులన్నియు ఆయనయందేనిలుడియుండి యీనిబంధన కనుకూలముగ వాని నుపయోగించవలయును.

5 చక్రవర్తి సామ్రాజ్యపార్లమెంటువారి (Imperial Diet) యంగీకారముతో, శాసననిర్మాణాధికారము కలిగియున్నాడు.

6 చక్రవర్తి తన పార్లమెంటు ప్యాసుచేసిన చట్టములకు తన యంగీకారమునిచ్చి వానిని ప్రకటించి అమలులో పెట్టవలయును.

7 చక్రవర్తికి పార్లమెంటును కూర్చుటకును, బొత్తిగ నిలిపివేయుటకును, కొంతకాల మాపివేయుటకును, ప్రజాప్రతినిధి సంఘమును (House of Representatives) ఛిద్రముచేయుటకును అధికారముకలదు.

8 అకస్మాత్తుగ గలుగు సంక్షోభ సమయములలో ప్రజా రక్షణకును, దేశోపద్రవ నివారణకును, పార్లమెంటువారు కూడని సమయములో చట్టములకు బదులు కొన్ని నిబంధనల నేర్పాటు చేయవచ్చును. తరువాత పార్లమెంటువారి యంగీకారమును బడయకపోయిన యెడల నవి రద్దుఅగును.

9 చట్టముల నమలులోపెట్టుటకును ప్రజ
నకును, దేశములో నెమ్మదికిని భంగము కలుగకుండునట్లును, అత్యావసరమైన నిబంధనలను చక్రవర్తి స్వయముగ నేర్పాటు చేయవచ్చును. లేక తనక్రిందియుద్యోగస్థులచేత యేర్పాటు చేయించవచ్చును. కాని ప్రస్తుత మమలులోనున్న చట్టములను యీ నిబంధనలు మార్పజాలవు.

10 చక్రవర్తి తనకార్యనిర్వాహమునకు వివిధశాఖల నేర్పాటుచేయును. సివిలు మిలిటరీ యుద్యోగియుల జీతముల నిర్ణయించును. వారిని యేర్పాటు చేయుటకును, తీసివేయుటకును, యీాయనకు సంపూర్ణాధికారముకలదు.

11 దేశములోనుండు సమస్త సైన్యమునకును, నావికా బలమునకును చక్రవర్తిగారే అధ్యక్షుడు.

12 చక్రవర్తి యీాసైన్యముయొక్కయు నావికాబలము యొక్కయు సంఖ్యను నిర్ణయించి, వానికి కావలసిన యేర్పాటులన్నియు జేయును.

13 చక్రవర్తి యుద్ధములను చాటించును, సంధులూ చేసికొనును.

14 చట్టములకు లోబడి అగత్యమైనపుడు తనదేశములో నేమండలములనైనను మిలిటరికోర్టులచేత పరిపాలించవచ్చును.

15 చక్రవర్తి తనకిష్టులగువారికి బిరుదావళుల నొసంగ వచ్చును.

16 చక్రవర్తి నేరస్థులను క్షమించవచ్చును, వారికి విధింపబడిన శిక్షలను మార్చవచ్చును. బరతరఫు అయినవారిని తిరిగి యథాస్థానములో నుంచవచ్చును.

17 చక్రవర్తిగారి వంశమున కేర్పడిన చట్టముప్రకారము యీయనకు ప్రతినిధి నేర్పరచనచ్చును. అప్పుడు, యీ రాజప్రతినిధికి చక్రవర్తిగారికున్న యధికారములన్నియు నుండును.

అధ్యాయము.
II
ప్రజల హక్కులు, వీరి విధులు.

18 జపానుదేశములో పౌరు డగుట కుండవలసిన యోగ్యతలు లాప్రకారము నిర్ణయింపబడును.

19 దేశప్రజలు, చట్టములలో నియమింపబడిన యోగ్యతలనుబట్టి శివిలు మిలిటరీ మొదలగు నుద్యోగములలో చేరవచ్చును.

20 లాప్రకారము, సేన, నావికాబలములలో ప్రతిపురుషుడును పనిచేసి తీరవలయును.

21 లాప్రకారము ప్రతివ్యక్తియు పన్నుల నిచ్చుకొను చుండవలయును.

22 ప్రతివాడును తనదేశములో తనకిష్టమువచ్చినచో

www.ingramcontent.com/pod-product-compliance
Lightning Source LLC
LaVergne TN
LVHW080003230825
819400LV00036B/1224
9781245211673